பெரியம்மை

பெரியம்மை

சுரேஷ்குமார இந்திரஜித் (பி. 1953)

இயற்பெயர் என்.ஆர். சுரேஷ்குமார். பிறந்த ஊர் ராமேஸ்வரம். படித்ததும் வளர்ந்ததும் பணிபுரிந்ததும் வாழ்வதும் மதுரையில். மதுரை மாவட்ட வருவாய்த் துறையில் சிரஸ்தாராகப் பணிபுரிந்து 2011இல் ஓய்வு பெற்றார். இவருடைய இலக்கியப் பணிக்காக 2020ஆம் ஆண்டுக்கான விஷ்ணுபுரம் விருதைப் பெற்றார். முன்றில் அறக்கட்டளை வழங்கும் 2023ஆம் ஆண்டிற்கான மா. அரங்கநாதன் இலக்கிய விருதையும் பெற்றிருக்கிறார்.

தொடர்புக்கு: sureshkumaraindrajith@gmail.com

ஆசிரியரின் பிற நூல்கள்

- மாபெரும் சூதாட்டம் (2005) சிறுகதைகள்
- நானும் ஒருவன் (2012) சிறுகதைகள்
- பின் நவீனத்துவவாதியின் மனைவி (2018) கிளாசிக் சிறுகதைகள்
- கடலும் வண்ணத்துப்பூச்சிகளும் (2019) நாவல்
- அம்பிகாவும் எட்வர்ட் ஜென்னரும் (2020) நாவல்
- ஒரு பாடகி ஒரு மாயப்பிறவி (2021) நாவல்
- நான் லலிதா பேசுகிறேன் (2022) நாவல்
- சுரேஷ்குமார இந்திரஜித் சிறுகதைகள்: 1981–2020 (2022)
- தாரணியின் சொற்கள் (2022) குறுங்கதைகள்
- எடின்பரோவின் குறிப்புகள் (2023) குறுநாவல்கள்

தொகுப்பு

- டெர்லின் ஷர்ட்டும் எட்டு முழ வேட்டியும் அணிந்த மனிதர்
  — ஜி. நாகராஜன் (2013) கிளாசிக் சிறுகதைகள்

சுரேஷ்குமார இந்திரஜித்

பெரியம்மை

காலச்சுவடு பதிப்பகம்

அன்பார்ந்த வாசகருக்கு,

வணக்கம்.

காலச்சுவடு நூலை வாங்கியமைக்கு நன்றி.

நூலின் உள்ளடக்கம், உருவாக்கம், அட்டைப்படம் இன்ன பிற அம்சங்கள் பற்றிய உங்கள் கருத்துகளையும் ஆலோசனைகளையும் காலச்சுவடு வரவேற்கிறது. தகவல், எழுத்து, வாக்கியப் பிழைகள் தென்பட்டால் கட்டாயம் தெரிவித்து உதவுங்கள். நூல் தயாரிப்பில் கடும் குறைபாடு இருப்பின் மாற்றுப் பிரதி உங்களுக்குக் கிடைக்கக் காலச்சுவடு ஏற்பாடு செய்யும்.

மின்னஞ்சல்: **publisher@kalachuvadu.com**

காலச்சுவடு நாகர்கோவில் அலுவலகத்துக்குக் கடிதம் அனுப்பலாம்.

தங்கள்
எஸ்.ஆர். சுந்தரம் (கண்ணன்)
பதிப்பாளர் — நிர்வாக இயக்குநர்

பெரியம்மை ♦ புனைகதைகள் ♦ ஆசிரியர்: சுரேஷ்குமார இந்திரஜித் ♦ © என்.ஆர். சுரேஷ் குமார் ♦ முதல் பதிப்பு: நவம்பர் 2023 ♦ வெளியீடு: காலச்சுவடு பப்ளிகேஷன் (பி) லிட்., 669, கே.பி. சாலை, நாகர்கோவில் 629001

காலச்சுவடு பதிப்பக வெளியீடு: 1220

periyammai ♦ Fictions ♦ Author: Sureshkumara Indrajith ♦ © N.R. Suresh kumar ♦ Language: Tamil ♦ First Edition: November 2023 ♦ Size: Demy 1x8 ♦ Paper: 18.6 kg maplitho ♦ Pages: 144

Published by Kalachuvadu Publications Pvt. Ltd., 669, K.P. Road, Nagercoil 629001, India ♦ Phone: 91-4652-278525 ♦ e-mail: publications @kalachuvadu.com ♦ Printed at Adyar Students xerox Pvt. Ltd., No. 275 Habibullah Road, Triplicane high Road, Opp. Triplicane Post Office, Triplicane, Chennai 600005

ISBN: 978-81-19034-64-2

11/2023/S.No. 1220, kcp 4775, 18.6 (1) rss

ந. ஜயபாஸ்கரனுக்கு

பொருளடக்கம்

முன்னுரை	11
பெரியம்மை	13
வெந்தயநிறச் சேலை	22
செம்பொன் சிலை	28
ரயில்வே ஸ்டேஷன்	34
சோபியா லாரென்	41
ராணிகள்	75
குறுங்கதைகள்	113
ஆசை	115
அதிர்ஷ்டம்	117
தியாகி	121
அணைப்பு	124
விளையாட்டு	126
வீடு	128
பர்ஸ்	132
விளையாட்டு பொம்மை	135
உயிர்	137
நீதி	140

முன்னுரை

பிற்கால நாயக்கர்களின் வரலாற்றைப் படித்துக்கொண்டிருந்தபோது சரித்திரக் கதை எழுத வேண்டும் என்ற எண்ணம் ஏற்பட்டது. அப்போது வினோத யதார்த்தம் தொடர்பான சிந்தனைகளுடனும் புத்தகங்களுடனும் இருந்த நேரம். வினோத யதார்த்தம் 'ராணிகள்' சரித்திரக் கதையில் ஊடுருவியது.

தன்னிச்சையான குணங்களை உடைய ஒரு பெண்ணின் கதையை எழுத நினைத்தேன். பொதுப்பார்வையில் அவை துர்க்குணங்களாகத் தெரியும். நான் திட்டமிடாத நிலையில் சோபியா லாரெனின் பிம்பம் கதைக்குள் நுழைந்துவிட்டது. 1934ஆம் ஆண்டு பிறந்த இத்தாலிய நடிகையான சோபியா லாரென் உயிரோடு இருக்கிறார். அவருடைய பிம்பம் நுழைந்தவுடன் கதையில் திருப்பங்கள் ஏற்பட்டன. தற்போதைய நிலையில் கதை நீதியைப் பேச வேண்டும்; யோக்கியமாக இருக்க வேண்டும்; துர்க்குணமுடையவர் கதையில் வந்தால் ஒவ்வாமை அடைய வேண்டும் என்று சிலருக்குப் போதனை ஏற்பட்டுள்ளது. கலை பாரபட்சமற்றது. இதன் எதிர்ப்புறத்தை எழுத வேண்டும் என்று நினைத்து எழுத ஆரம்பித்த கதை எவ்வாறோ மாறி, 'சோபியா லாரென்' என்ற கதையாக உருப்பெற்றுவிட்டது.

சூழல், மனிதர்கள், பொருட்கள், காட்சிகள், இன்ன பிறவற்றைக் கவனித்து, அவற்றை வியந்தோதி எழுதப்படும் எழுத்துகள், உணர்ச்சிகரம்,

நெகிழ்ச்சி, பாச வெளிப்பாடு, இன்ன பிறவற்றில் தோய்ந்து தோய்ந்து எழுதப்படும் எழுத்துகள்மீது எனக்கு ஒவ்வாமை இருந்தது. என் எழுத்துகளும் இவை நீங்கிய எழுத்துகளாக அமைந்தன.

பகடி செய்து சிறுகதைகள் எழுத உந்துதல் ஏற்பட்டது. பகடியுடன் கதைகளை ஆரம்பித்தேன். என்ன விந்தை பாருங்கள். ‘கதை’ உள்ளே நுழைந்துவிட்டது. பகடி – அவ்வாறு இல்லாமல் கதையின் பகுதியாக மாறிய மாயம் நிகழ்ந்துள்ளது. கதை, எழுத்தாளனைத் தன் வழியில் இழுத்துச் சென்றுவிடுகிறது. கலையின் மாயத்தை விவரிக்க முடியவில்லை. வாசகர்கள் இக்கதைகளை தங்கள் மனப்போக்கின்படி எடுத்துக்கொள்ளட்டும். குறுங்கதைகள் என் பாணியில் அமைந்த வழக்கமான கதைகள்.

டிசம்பர் *2022* சென்னை புத்தகத் திருவிழா நடந்தபோது சுரேஷ்குமார இந்திரஜித் சிறுகதைகள் *(1981–2020)* என்ற தலைப்பில் என் மொத்தச் சிறுகதைகள் தொகுப்பாக வெளிவந்ததற்குப் பின் வரும் கதைத்தொகுப்பு இது.

தொடர்ந்து இயங்கிக்கொண்டிருக்கிறேன். வாசகர்களும் காலச்சுவடு பதிப்பகமும் எனக்கு நல்லாதரவு கொடுக்கிறார்கள். இன்னும் எழுத வேண்டியவை ஏராளமாக இருக்கின்றன.

இக்கதைகளைத் தட்டச்சு செய்து, ஆலோசனைகளையும் தரும் ஸ்ரீநிவாச கோபாலனுக்கும், பிழைதிருத்தம் செய்து உதவிய சிவராமனுக்கும், நண்பர்கள் தேவேந்திர பூபதிக்கும் சுனில் கிருஷ்ணனுக்கும் ந. ஜயபாஸ்கரனுக்கும் என் நன்றி.

இத்தொகுப்பை வெளியிடும் காலச்சுவடு பதிப்பாளர் நண்பர் கண்ணன், பதிப்பகப் பொறுப்பாளர் நண்பர் அரவிந்தன், பதிப்பகப் பணியாளர்கள் கலா, ஆ. ஐரின் ஜெனிபர் ஆகியோருக்கும் என் நன்றி.

மதுரை
05-09-2023

சுரேஷ்குமார இந்திரஜித்

பெரியம்மை

பெரியப்பா அருமையாகப் பாடுவார். 'முல்லை மலர் மேலே மொய்க்கும் வண்டு போலே' என்ற டி.எம்.எஸ். பாட்டை ஏற்ற இறக்கங்கள், பிர்காக்கள் பிசகாமல் பாடுவார். அப்போது பெரியம்மை முகத்தைப் பார்க்க வேண்டுமே. அவர் முகம் பெருமிதத்தோடும் பரவசத்தோடும் இருக்கும். பெரியம்மா முருங்கைக்காய்க் குழம்பு வைத்தால் நிறைய சாப்பிட வேண்டியிருக்கும். குழம்புகள் ருசியாகச் செய்வதற்கென்றே அவள் பிறந்திருக்கிறாள். கத்தரிக்காய்ப் புளிக்குழம்பும் அப்படித்தான் அவ்வளவு ருசியாக இருக்கும். என் அம்மைக்கு இந்தக் குழம்புகள் ருசி கூடிவராது. சப்பென்று இருக்கும்.

நான் வேலை பார்க்கும் ஊரிலிருந்து வீட்டுக்கு வந்திருந்தேன். பெரியப்பாவைப் பார்ப்பதற்கும் அவர் பாட்டைக் கேட்பதற்கும் அவர் வீட்டை நோக்கிச் சென்றுகொண்டிருக்கிறேன். இது மார்கழி மாதம். வாசல்களில் கோலம் போட்டுப் பூசணிப்பூவை மையமாக வைத்திருந்தார்கள். அநேகமாகச் சில வீடுகள் நீங்கலாக எல்லா வீட்டு வாசல்களிலும் பூசணிப்பூவை வைத்திருந்தார்கள்.

செண்பகவல்லி மதினி வீட்டைக் கடக்கும் போது மல்லிகைப்பூ வாசம் வந்தது. மதினி வீட்டுக் காம்பவுண்டுக்குள் மல்லிகைப்பூ கொடிக்குப் பந்தல் போட்டிருந்ததைப் பார்த்தேன். வேலைக்காக வேறு ஊருக்குச் செல்லும்போது மல்லிகைப்பூ கொடி

சிறியதாக இருந்தது. இப்போது பெரிதாகப் படர்ந்திருக்கிறது. சாயந்திர நேரம். மதினி காபி தயார் செய்துகொண்டிருக்கலாம். சங்கரன் அண்ணாச்சி ஹாலில் உள்ள ஊஞ்சலில்தான் மதியம் படுத்திருப்பார். சரியாக நாலு மணிக்கு அவருக்கு விழிப்பு வந்துவிடும் என்று மதினி சொல்லியிருக்கிறாள். நாலேகால் மணிக்கு அவருக்கு பில்டர் காபி வேண்டும். இப்போது அவர்கள் வீட்டிற்குள் நுழையலாம். மதினி முறுக்கு, அதிரசம் கொண்டுவந்து வைத்துவிடுவாள். சங்கரன் அண்ணாச்சி கேட்கும் கேள்விகளுக்குப் பதில் சொல்ல வேண்டியதை நினைத்தால் அலுப்பாக இருக்கிறது. இன்னொரு நாள் செல்ல வேண்டும் என்று நினைத்துக்கொண்டேன்.

எதிரே குடை பிடித்துக்கொண்டு சோமு பிள்ளை வந்தார். அவர் வீட்டை விட்டு வெளியே செல்லும்போது செருப்பு எவ்வளவு முக்கியமோ அவ்வளவு முக்கியம் குடை. டிசைன் குடை அல்ல. நீளமான கருப்புக் குடை. வாக்கிங் ஸ்டிக்காக உபயோகப்படுத்திக்கொள்ளலாம்.

சோமு பிள்ளை, "எப்படா வந்தே. வேலை மாறியிருக்கியா. அப்பா, அம்மா நல்லா இருக்காங்களா. எவ்வளவு நாள் இருப்பே. உங்கப்பனை விசாரிச்சதா சொல்லு" என்றார்.

"எல்லோரும் நல்லா இருக்காங்க. இன்னும் ரெண்டு நாள் ஊர்ல இருப்பேன்" என்றேன்.

"உனக்குக் கல்யாணம் எப்போ" என்றார் சோமு பிள்ளை. அவர் எனக்கு என்ன முறை வேண்டும் என்று எனக்குத் தெரியவில்லை.

"இப்போ இல்லை. இப்பதானே வேலைக்குப் போயிருக்கேன்" என்றேன்.

அவர் "நல்லா இரு" என்று ஆசீர்வாதம் மாதிரி சொல்லி விட்டுச் சென்றார். அவர் முழுக்கை சட்டை அணிவார். சட்டைப் பையில் மூக்குக் கண்ணாடியை அதற்கான கூட்டுடன் வைத்திருப்பார். அது புடைத்திருக்கும்.

இந்த நேரத்தில் வாசலிலோ சாலையிலோ ஆட்கள் இல்லை. மதிய மயக்கத்திலிருந்து விடுபட்டிருக்க மாட்டார்கள். என் ஆபீசர் மதியம் இரண்டு மணியிலிருந்து மூன்று, மூன்றரை மணிவரை மந்த நேரம், மூளை சுறுசுறுப்பாக இருக்காது என்று சொல்லுவார்.

மாகாளி பலசரக்குக் கடை பெரிதாக இருந்தது. சொன்னால் நம்ப மாட்டீர்கள். நான் சிறுபிள்ளையாக இருந்த

காலத்தில் இந்தக் கடை மூக்குப்பொடி கடையாக இருந்தது. T.A.S. ரத்தினம் பட்டணம் பொடி என்று பெரிய எழுத்தில் போர்டு இருக்கும். வாட்டசாட்டமான ஒரு வாலிபர் முறுக்கு மீசையுடன் உரலுக்கு முன் உட்கார்ந்து ஆட்டுக்கல்லைப் பிடித்துக்கொண்டு இருக்கும் பெரிய ஓவிய போர்டு மாட்டப்பட்டிருந்தது. மூக்குப்பொடி போட்டவர்கள் எங்கேதான் போனார்கள் என்று தெரியவில்லை. புதிய தலைமுறையைச் சேர்ந்தவர்களுக்கு மூக்குப்பொடிமேல் ஈடுபாடு ஏற்படவில்லை.

என் அத்தை மூக்குப்பொடி போடுவாள். "சுறுசுறுப்பா இருக்கு. மூளை வேலை செய்யுது. மூக்கடைப்பு உடனே விலகியிரும்" என்பாள் அத்தை. பக்கத்தில் சென்றால் மூக்குப்பொடி நெடி அடிக்கும். மூக்குத் துவாரங்களின் வெளிப்புறத்தில் மூக்குப்பொடி ஒட்டியிருக்கும். மூக்குப்பொடி போட்டுவிட்டு மூக்கை ஒரு சிறு கைக்குட்டை போன்ற துணியால் ராவிவிடுவாள். அந்தத் துணியில் மூக்குப்பொடி ஒட்டி யிருக்கும். அவள் அருகிலேயே அந்தத் துணி கிடக்கும். கையைக் கழுவிவிட்டு சமையல் செய்வாளா என்பது தெரியவில்லை. மாமா ஒருதடவை சொன்னார். "உங்க அத்தை வைக்கிற வெண்டைக்காய் புளிக்குழம்புக்கு ஈடு இணை கிடையாது." மூக்குப்பொடி சமையலுடன் கலந்தால் ருசியாக இருக்கும்போல.

என் நண்பன் சோணைமுத்து கணக்கு வாத்தியார் கிளாஸ்லே மூக்குப்பொடி போட்டுவிட்டுத் தும்முவோம் என்றான். நான் விளைவுகளை அறியாமல் ஒப்புக்கொண்டேன். ஒரு பொடி மட்டை வாங்கிவந்தோம். கணக்கு வாத்தியார் உற்சாகமாகக் கிளாஸை நடத்திக்கொண்டிருந்தார். எங்களுக்கு ஒன்றும் புரியவில்லை. வேறு யாருக்கும் புரிந்ததா என்றும் தெரியவில்லை. சோணைமுத்து, பொடி மட்டையைப் பிரித்தான். ஒரு சிட்டிகைப் பொடியை விரல்களில் எடுத்துக் கொண்டோம். மூக்கருகே கொண்டுசென்று மூச்சை இழுத்தேன். மண்டைக்குள் சுரீர் என்றது. பெருந்தும்மல் வந்தது. தொடர்ந்து தும்மல் வந்தது. எனக்கும் மேலே சத்தமாக, அடக்க முடியாமல் சோணைமுத்து தும்மிக்கொண்டிருந்தான். பையன்களுக்கு ஜலதோஷம் பிடித்திருக்கிறது என்றுதானே வாத்தியார் நினைக்க வேண்டும். அப்படித்தான் முதலில் நினைத்திருப்பார். ஆனால் இரண்டு பையன்களுக்கு ஒரே நேரத்தில் ஜலதோஷத்தில் தும்மல் வரும் என்று எப்படி நம்புவார். எங்கள் இருவரையும் வரச் சொன்னார். தும்மிக் கொண்டே வந்தோம். எங்கள் முகத்தைப் பார்த்தவருக்கு விவரம் தெரிந்துவிட்டது. அதற்குள் கணக்கு வாத்தியார் மூன்று தும்மல்கள் போட்டுவிட்டார். அவரால் பேச முடியவில்லை.

அவருக்கு மேலும் தும்மல் வந்தது. எங்களை அறை வாசலில் முட்டிபோடச் சொன்னார். அவர் அறைக்கு வெளியே வந்து மூக்கைச் சிந்தி முகத்தைக் கழுவிவிட்டு அறைக்குள் நுழைந்து கணக்கு கிளாஸ் எடுத்தார். ஹெட்மாஸ்டரிம் சொல்லி, எங்கள் அப்பாக்களை ஸ்கூலுக்கு வரச்சொல்லிக் கேவலப்படுத்தி விட்டார் வாத்தியார். நான் அப்பாவிடமும் அடி வாங்கினேன்.

பலர் கூட்டமாக மூக்குப்பொடி வாங்கிய கடையில் ஒரு காலத்தில் கூட்டமில்லாமல் போய்விட்டது. பலசரக்குக் கடை வந்துவிட்டது. மூக்குப்பொடிக் கடை வைத்திருந்தவர், செல்வாக்காக இருந்தவர், இப்படி வீழ்ச்சி அடைவோம் என்று நினைத்துக்கூடப் பார்த்திருக்க மாட்டார்.

பருத்திப்பால் கடை வைத்திருக்கும் ரங்கண்ணன் கடை திறக்க ஆயத்தமாக இருந்தார். ஒரு தள்ளுவண்டி. வண்டியின் கீழ்த்தளத்தில் அடுப்பு. தீ எரிந்துகொண்டிருக்கும். அடுப்பின் மேலே வெண்கலப் பானை. எவர்சில்வர் மூடி. ஒரு வாளித் தண்ணீர். கிளாஸ் கழுவ உபயோகப்படும். இன்னொரு பெரிய பிளாஸ்டிக் வாளியில் தனியாகத் தண்ணீர் இருக்கும். எவர்சில்வர் வாளித் தண்ணீர் அழுக்கான பிறகு தண்ணீர் மாற்றிக்கொள்வார். எனக்குப் பருத்திப்பால் என்ற பெயரைக் கேட்டாலே அருவருப்பாக இருக்கும். பருத்தியிலிருந்து பஞ்சை அல்லவா எடுப்பார்கள். அந்தப் பஞ்சிலிருந்து தயார்செய்யும் துணியை அல்லவா பல வகைகளில் பயன்படுத்துகிறோம். அந்தப் பருத்தியிலிருந்து தயார்செய்யும் பாலை எப்படிக் குடிப்பது. நினைத்தாலே எனக்குக் குமட்டியது. பிறகுதான் தெரிந்தது பருத்தி விதையை ஆட்டுரலில் ஆட்டி அரைத்து செய்யப்படுவது என்று. எனக்குப் பிடிக்கவில்லை. ஜலதோஷம் பிடிக்கும்போது நெஞ்சு கபத்திற்கு நல்லது என்று அப்பா பருத்திப்பால் குடிக்கச் சொல்வார். இனிப்பாக இருந்தது. ஆனால், எனக்குப் பிடிக்கவில்லை. சினிமா தியேட்டரில் போரடிக்கும் காட்சி வரும்போது குறைந்த விலை டிக்கெட் பகுதியிலிருந்து 'பருத்திப்பால்' என்று சத்தம் வரும். பருத்திப்பாலை போரடிக்கும் காட்சியுடன் இணைத்த புத்திசாலிகள் உள்ள ஊர் இது.

பெரியப்பா வீட்டை நெருங்கிவிட்டேன். வாசலில் பெரியம்மை நின்றுகொண்டிருந்தாள். என்னைப் பார்த்ததும் அவள் ஆச்சரியப்பட்டாள். அவள் முகம் எப்போதும் சிரிப்பு உள்ள முகம். "உள்ளே வா. எப்ப வந்தே. வீட்லே எல்லோரும் நல்லா இருக்காங்களா. பக்கத்துலே இருந்தாலும் நடந்து போகச் சள்ளையா இருக்கு. உடம்பு நோவுது. உங்க பெரியப்பாவுக்கு எப்பவும் நான் கூட இருக்கணும். இருந்த எடத்தை விட்டு அசைய மாட்டேங்குறார். ஈஸிசேருலே படுத்திருக்கிறவர்

கையிலே இருந்த பேப்பர் கீழே விழுந்துச்சுன்னா எடுக்கறத்துக்கு என்னைக் கூவுவார். நான்தான் போய் எடுத்து அவர் கையிலே கொடுக்கணும். ஈஸிசேரை விட்டு எந்திருச்சு எடுத்துக்கிட்டாத் தான் என்னவாம். எடுக்க மாட்டார். பேனைப் போடறதுக்கும் ஆப் பண்றதுக்கும் கூட நான்தான் போகணும்.” என்றாள்.

பெரியப்பா பின்கட்டில் உள்ள தோட்டத்தில் இருக்கிறார் என்று நினைக்கிறேன். இல்லாவிட்டால் இவ்வளவு பேச மாட்டாள். நான் உள்ளே நுழைந்தேன். பின்கட்டைப் பார்த்து, “யாரு வந்திருக்கா பாருங்க. ராசாக்கண்ணு வந்துருக்கு. ஊர்லேயிருந்து லீவு போட்டு வந்திருக்கும்போல. ஊர்லேயிருந்து முறுக்கு, காரசேவு, ஜிலேபி எல்லாம் வாங்கிட்டு வந்திருக்கு” என்றாள்.

நான் உள்ளே நுழைந்த உடனேயே பலகாரப் பையை பெரியம்மையிடம் கொடுத்துவிட்டேன்.

நான் நாற்காலியில் உட்கார்ந்திருந்தேன். பின்கட்டிலிருந்து தலைப்பாக்கட்டுடன் பெரியப்பா வந்தார். “முருங்கை காய்ச்சுத் தொங்குது. நல்ல விளைச்சல் பூமி. காய்கறி, தக்காளி, மிளகாய் நல்லா வருது. எப்ப வந்தே” என்றார்.

ஊருக்கு வந்த விவரம், வேலை பார்க்கும் இடம், தங்கி யிருக்கிற இடம், வேலை நிலவரம் பற்றியெல்லாம் அவரிடம் சொன்னேன். பெரியம்மை உள்ளே காபி தயார் செய்துகொண்டிருந்தாள்.

ஒரு தட்டில் நான் கொண்டுவந்திருந்த காரச்சேவைப் பிரித்துக் கொஞ்சம் காரச்சேவை வைத்து, என் முன்னால் ஸ்டூலை இழுத்துப்போட்டு வைத்தாள். காபி டம்ளரையும் வைத்தாள். பெரியப்பாவிற்குத் தட்டில் நிறைய காரச்சேவு வைத்திருந்தாள். காபி டம்ளரும் பெரியதாக இருந்தது.

என் அப்பாவிற்கும் பெரியப்பாவிற்கும் சேர்ந்து ஐந்து ஏக்கர் நஞ்சை நிலம் இருந்தது. பூர்வீகச் சொத்து. பெரியப்பா விவசாயம் செய்துகொண்டிருந்தார். அப்பா கூட்டுறவு சங்கத்தில் வேலை பார்த்துக்கொண்டிருந்ததால் நிலத்தின் பக்கம் செல்வதில்லை. அறுவடை முடிந்த பிறகு பெரியப்பா, நெல் அரைத்து எங்கள் பங்காக அரிசி மூட்டைகளை வீட்டில் இறக்கிவிடுவார். அப்பாவிற்குத் தன் பாகத்தைப் பிரித்துக்கொள்ள வேண்டும் என்ற எண்ணம் வந்துவிட்டது. ‘எல்லோருக்கும் வயதாகிக்கொண்டுவருகிறது. பெரியவர்கள் இருக்கும்போதே சில விஷயங்களை செட்டில் செய்துவிட வேண்டும்’ என்று அவர் நினைக்கிறார். பெரியவர்கள் காலத்துக்குப் பின் அடுத்த

தலைமுறையைச் சேர்ந்தவர்கள் ஒற்றுமையாக இருப்பார்கள் என்று சொல்ல முடியாது. எல்லாமே குழம்பிவிடும். வெளியூரில் இருக்கும் பெரியப்பா மகன்களுக்கும் எனக்குமே ஒத்துப்போவதில்லை. தங்கைக்குத் திருமணம் செய்ய வேண்டும். பெரியப்பாவிடம் ஆனந்தபவன் அரியநாயகம் அண்ணாச்சி மூலம் அப்பா சொல்லிவிட்டார். பெரியப்பா பதில் சொல்லவில்லை. இருமியதாக அப்பாவிடம் அண்ணாச்சி சொன்னார். நான் சின்னப் பையன். இதிலெல்லாம் தலையிட முடியாது. பெரியப்பாவையும் பெரியம்மாவையும் பார்க்க வந்தேன்.

சம்பிரதாயமான விஷயங்களுக்குப் பிறகு நான் பெரியப்பாவிடம், “பெரியப்பா நீங்க ஒரு பாட்டுப் பாடணும். கேக்கணும்னு எனக்கு ஆசையா இருக்கு” என்றேன். பூனை ஒன்று பின்கட்டிலிருந்து உள்ளே வந்து எங்களைப் பார்த்து விட்டுச் சென்றுவிட்டது.

பெரியப்பா, “என்ன பாட்டுப் பாட” என்றார்.

பெரியம்மை சிரித்துக்கொண்டே, “நீங்க பாட்டுப் பாடி பலகாலம் ஆச்சு. ‘சித்திரம் பேசுதடி என் சிந்தை மயங்குதடி’ பாடலைப் பாடுங்கள்” என்றாள். பெரியம்மையைப் பார்த்து ஒரு காலத்தில் இந்தப் பாடலை அவர் பாடியிருப்பார்போல.

பெரியம்மையைப் பெரியப்பா பார்த்தார். பெரியம்மை வெட்கப்பட்டாள். பெரியப்பா பாடினார். ‘சித்திரம் பேசுதடி ... உன் சித்திரம் பேசுதடி. எந்தன் சிந்தை மயங்குதடி ...’ என்று ஆரம்பித்தார். ‘பாவை உன் பேரெழிலே எந்தன் ஆவலைத் தூண்டுதடி ...’ என்ற இடத்திலும், ‘என் மனம் நீ அறிவாய் உந்தன் எண்ணமும் நான் அறிவேன்’ என்ற இடத்திலும் பெரியம்மை வெட்கப்பட்டாள். பெரியப்பாவும் சும்மா இருக்காமல் பெரியம்மையை நோக்கிக் கையை நீட்டி நீட்டிப் பாடினார். பாடி முடித்தார். பெரியம்மை கூச்சம் தாங்காமல், “காபி ஆறிவிட்டது. சுடவைச்சு கொண்டு வாரேன்” என்று பெரியப்பா குடிக்காமல் வைத்திருந்த காபி டம்ளரை எடுத்துக் கொண்டு அடுக்களைக்குள் சென்றாள்.

பெரியப்பா ஈஸிசேரில் சாய்ந்திருந்தார். கைகளைத் தலைக்குப் பின்னால் வைத்திருந்தார்.

பெரியப்பா என்னைப் பார்த்துச் சொன்னார். “தம்பி ராசாக்கண்ணு, நம்ம பூர்வீக நிலத்தை எங்க அப்பா இறந்த பின்னாலே நான்தான் உழுதுகிட்டு வாரேன். உங்க அப்பாவுக்கும் அதுலே பாதிப்பங்கு சட்டப்படி இருக்கு.

அரியநாயகம் அண்ணாச்சி, உங்க அப்பா பாகம் பிரிக்க விருப்பப்படறதா சொல்றாரு. எனக்கு வேலை இல்லை. விவசாயம்தான் எனக்குத் தொழிலு. இவ்வளவு காலமும் நிலத்துலே உழைச்சுருக்கேன். எனக்கு ரெண்டு பசங்க. வேலை பாக்கிறாங்க. உனக்கு ஒரு தங்கச்சி இருக்கா. அவளைக் கரையேத்தணும். உங்க அப்பாவுக்கும் பெரிய அளவுலே வருமானம் இல்லை. நிலத்தை பாகம் பிரிச்சாலும் உங்கப்பாவாலே விவசாயம் பண்ண முடியாது. வேலைக்குப் போறாரு. வேற ஆள்ட்டே விவசாயத்துக்கு புதுசா குத்தகைக்கு விட்டா பல பிரச்சினைகள் வந்து சேரும். பக்கத்துலே என் பாகம் நிலம் இருக்கும். அதனாலே நான் ஒரு யோசனை சொல்றேன். அஞ்சு ஏக்கர் நிலத்துலே ஆளுக்குப் பாதின்னா இரண்டைரை ஏக்கர் நிலம் வருது. நான் உரிமையிலே கேக்கறேன். எனக்கு அறுபது பெர்சண்ட் நிலம், அதாவது அரை ஏக்கர் கூடுதலா மூணு ஏக்கர் வரும். உங்க அப்பாவுக்கு அரை ஏக்கர் குறைவா, இரண்டு ஏக்கர் வரும். இந்த இரண்டு ஏக்கரை வெளி ஆளுக்கு வித்தா என்ன விலை போகுமோ அந்த விலை கொடுத்து நான் வாங்கிக்கறேன். அதுக்கு உண்டான ஏற்பாடுகளைச் செய்றேன். இந்த நிலத்துலே உழைச்ச மூத்தவர்ங்கிறதுனாலே கூடக் கேக்கறேன். அவருக்கு அரை ஏக்கர் விட்டுத்தர சம்மதம் இல்லைன்னா ஆளுக்கு இரண்டரை ஏக்கர்னே பிரிச்சுக்குவோம். அதுக்குண்டான கிரையத் தொகையை நான் கொடுத்திர்றேன். எப்படி முடிவோ அதுக்கு ஏத்த மாதிரி வர்ற தை மாசம் பத்திரம் பதிஞ்சுக்குவோம். உங்க அப்பாகிட்டே கேட்டுச் சொல்லு."

பெரியப்பாவிற்குக் கண்கள் கலங்கிவிட்டன. பெரியம்மை சுடவைத்த காபியை வைத்துவிட்டுப் பெரியப்பா சொல்வதைக் கேட்டுக்கொண்டிருந்தாள். "நீ என்ன சொல்றே" என்று பெரியம்மையைப் பார்த்துக் கேட்டார். "நான் என்ன சொல்றது. நீங்க சொன்னதுக்கு மேலே நான் சொல்றதுக்கு என்ன இருக்கு" என்றாள் தயங்கிக்கொண்டே.

"பெரியப்பா, இன்னொரு பாட்டு" என்றேன். "என்ன பாட்டு" என்றார். பெரியம்மை, "அமுதும் தேனும் எதற்கு" என்றாள். பெரியப்பா காபியை நிதானமாகக் குடித்தார்.

பெரியப்பா பாடினார். 'அமுதும் தேனும் எதற்கு... நீ அருகினிலே இருக்கையிலே எனக்கு . . .' என்று ஆரம்பித்து பெரியம்மையை நோக்கி மீண்டும் கையை நீட்டி நீட்டிப் பாடினார்.

'நிலவின் நிழலோ உன் வதனம்... புது நிலைக்கண்ணாடியோ மின்னும் கன்னம் . . .' என்று பெரியப்பா பாடும்போது

பெரியம்மை நிலைகொள்ளாமல் உணர்ச்சிவசப்பட்டு அழலானாள். பெரியப்பா பாடுவதை நிறுத்திவிட்டார்.

நான் அப்பாவிடம் பெரியப்பா நிலம் தொடர்பாகச் சொன்னதைக் கூறினேன். அப்பாவிற்குக் கண்கள் கலங்கி விட்டன. அம்மா, "இரண்டு பேருக்கும் சம பங்குதானே. எதுக்கு அவருக்கு அரை ஏக்கர் கூடப் போகணும்" என்றாள். அப்பாவிற்குக் கோபம் வந்து அம்மாவைத் திட்டினார். "உனக்கு உலகம் தெரியாது. அவரு எனக்கு மூத்தவர். நல்லது கெட்டதுக்கு முன்னாலே நின்னவரு. எனக்கு வேலை வாங்கிக் கொடுத்தவரு. கரெக்டா கணக்குப் பாக்கக் கூடாது. அவருக்கு அரை ஏக்கர் விட்டுத்தரலாம். நான் ஒத்துக்கலைன்னா ஆளுக்கு இரண்டரை ஏக்கர் எடுத்துக்கலாம்னும் சொல்லியிருக்காரு. என்னைப் பெரியவர் சோதிக்கறாரா என்னன்னு எனக்குத் தெரியலை. டேய் ராசாக்கண்ணு, இடையிலே வேற ஆள் வேணாம். நீயே சொல்லு. இரண்டு ஏக்கர் அப்பாவுக்குப் போதும்னு சொல்லியிரு."

அடுத்த நாள் பெரியப்பா வயக்காட்டிற்குச் சென்றிருந்த தால் இந்தச் செய்தியை எடுத்துக்கொண்டு வயக்காட்டிற்குச் சென்றேன். கூழ் குடித்துக்கொண்டிருந்தார். அப்பா இரண்டு ஏக்கர் பாகம் பெற்றுக்கொண்டு அவரிடம் கிரையம் கொடுக்க விருப்பம் தெரிவித்திருப்பதாவும், தங்கச்சிக்குத் தை மாசத்து லேருந்து மாப்பிள்ளை பாக்கப்போவதாகவும் சொன்னேன். பெரியப்பா சிரித்தார்.

"நான் யோசித்துப் பார்த்தேன். இந்த நிலந்தானே எனக்கு வருமானத்தைக் கொடுத்திருக்கு. கூட அரை ஏக்கர் நிலம் கேக்கறது நியாயமில்லை. அவருடைய பாகம் இரண்டரை ஏக்கருக்கும் நான் கிரயத் தொகை கொடுத்திர்றேன். நான் ஏற்கனவே சொன்னதை வைச்சு இரண்டு ஏக்கர் போதும்னு உங்க அப்பா பிடிவாதம் பிடிக்க வேண்டாம். நாளைக்கு உங்க அம்மையோட அப்பாவை வரச் சொல்லு. பத்திர எழுத்தரையும் வரச் சொல்றேன். உங்க அப்பா இரண்டரை ஏக்கர் பாக விடுதலை கொடுக்கற மாதிரியும் அதற்கான கிரயத் தொகை நான் கொடுக்கிற மாதிரியும் பேசி முடிச்சுக்குவோம்."

பெரியப்பாவை என்னால் புரிந்துகொள்ள முடியவில்லை. "நான் எனக்குக் கூட அரை ஏக்கர்னு தெரியாத்தனமா சொல்லிட்டேன்" என்றார்.

"என்ன பெரியப்பா. நீங்க மூத்தவரு. நல்லது கெட்டதுக்கு முன்னாலே நின்னு நடத்திக்கொடுத்திருக்கீங்க. உங்களுக்கு இல்லாததா" என்றேன்.

"தம்பி ராசாக்கண்ணு, நான் சொன்னதைச் சொல்லு. இதுலே தேவையில்லாம தாவா பண்ணிக்க வேணாம்."

நான் வீட்டுக்குச் சென்று அப்பாவிடம் கூறினேன். "அப்பா இதுலே தேவையில்லாம யோசிக்காதீங்க. நாளைக்கிப் போவோம். பெரியப்பா விருப்பப்படி முடிச்சுக்குவோங்கிற வார்த்தையோட நின்னுக்குவோம். அவர்தான் தெரியாம சொல்லிட்டேங்கிறாரே." அப்பா ஒப்புக்கொண்டார்.

அடுத்த நாள் பழங்கள், ஸ்வீட்கள் சகிதம் பெரியப்பா வீட்டிற்குச் சென்றோம். அரை ஏக்கர் பற்றி இருவருமே பேசவில்லை. பத்திர எழுத்தர், நில விவரங்களையும் சமபாக விவரங்களையும் குறித்துக்கொண்டார். பத்திரத்தில் எழுதவுள்ள விஷயங்களைக் கூறினார். பெரியம்மையிடம் பெரியப்பா, "இப்ப உனக்கு திருப்திதானே" என்றார். பெரியம்மை ஆமோதிப்பது போல் சிரித்தாள்.

நான் ஊருக்கு வந்ததில் சுபமாக ஒரு வேலை முடிந்தது. தை மாசம் பத்திரப் பதிவு நடைபெற்றது. தை மாசமே தங்கைக்கு மாப்பிள்ளை அமைந்தது. பங்குனி மாசத்தில் திருமணம் நடக்க முடிவானது.

உயிர்மை, செப்டம்பர் 2023

வெந்தயநிறச் சேலை

இன்று விடுமுறை நாள். டி.வி. முன் உட்கார்ந்து பொழுதைப் போக்கிக்கொண்டிருந்தபோது ஏதாவது பிடித்தமான சினிமாப்பாடல் காட்சி ஒளிபரப்பினால் 'இன்று நல்ல நாள்' என்று நினைத்தேன். சிவாஜி கணேசன், கே.ஆர். விஜயா பாடும் 'அங்கே மாலை மயக்கம் யாருக்காக' என்ற பாடல் ஒளிபரப்பானது. இந்தப் பாடல் பிரமாதமான பாடல் என்று சொல்ல முடியாது. ஆனால், கே.ஆர். விஜயா இந்தப் பாடல் காட்சியில் கட்டியிருக்கும் புடவையின் நிறம் எனக்கு மிகவும் பிடித்தது. அந்த நிறத்தின் பெயர் எனக்குத் தெரியவில்லை. அந்தப் புடவையில் கே.ஆர். விஜயா அழகாக இருப்பார். இடது கண்ணுக்குக் கீழே மேக்கப்மேன் ஒரு மச்சம் வைத்திருப்பார். அந்தப் பாடல் காட்சியில் அவர் நடனமும் எனக்குப் பிடித்திருந்தது.

மனைவியை அழைத்து கே.ஆர். விஜயா கட்டியிருக்கும் சேலை நிறத்திற்கு என்ன பெயர் என்று கேட்டதற்கு "வெந்தயக் கலர்" என்றாள். வெந்தயத்தைக் கொண்டுவரச் சொல்லிப் பார்த்தேன். ஆம். சேலையின் நிறம் வெந்தயத்தின் நிறம்தான். இந்த நிறத்தில் கதாநாயகிக்குச் சேலை உடுத்த வேண்டும் என்று முடிவு செய்தவன் கலைஞன்தான்.

என் மனைவிக்கு அழகியல் உணர்வு இல்லை என்றே கூறுவேன். திருமணத்திற்கு முன் அழகியல் உணர்வைப் பரிசோதித்துப் பார்க்க வேண்டும் என்று சில சடங்குகளை வைத்தால் நன்றாக இருக்கும்.

அவ்வாறு செய்வதில்லை. அழகியல் உணர்வு உள்ளவர்கள் யாராவது சாப்பிட்ட பின் விரல்களை நாக்கால் நக்குவார்களா என்ன?

நான் சரளாவை நினைத்துக்கொண்டேன். என் அத்தை மகள். என் ஒன்றுவிட்ட சித்தப்பா பையனை திருமணம் செய்துவிட்டாள். அவளுக்குத் திருமணப் பேச்சு வந்தபோது எனக்கு வேலை இல்லை. இப்படித்தான் ஏதாவது நடந்து வாழ்க்கையை மாற்றிப்போட்டுவிடுகிறது.

நாற்காலியில் அமர்ந்து டி.வி. பார்த்துக்கொண்டிருந்த நான் டி.வி.யை அணைத்துவிட்டுப் படுக்கையில் படுத்தேன். எனக்குத் தலையணை மிதுக்மிதுக் என்று இருக்க வேண்டும். ரொம்பவும் மிதுக்காகவும் இருந்துவிடக் கூடாது. கல் மாதிரியும் இருந்துவிடக் கூடாது. வெளியூர் சென்று தங்க வேண்டியிருந்தால் பெரும்பாலும் கல்போன்ற தலையணைதான் கிடைக்கும். சென்னையில் ஒரு ஆடம்பர ஹோட்டலில் தங்க நேர்ந்தது. மெத்தையில் உட்கார்ந்தால் அமுங்குகிறது. புரண்டு படுத்தால் மெத்தையும் பள்ளம்போட்டு அமுங்குகிறது. தலையணையும் பள்ளம்போட்டு முகம் அதில் அமுங்குகிறது.

இது என் வீடு. முடிந்த அளவு என் ரசனைக்கேற்ப எல்லாவற்றையும் அமைத்துக்கொண்டேன். பெரிய சோவி ஒன்று என் படுக்கையில் கிடக்கும். அதை எடுத்து வலது உள்ளங்கைக்குள் வைத்துக்கொள்வேன். சில்லென்று இருக்கும். தூக்கத்தைத் தூண்டும். சோவியை வலது உள்ளங்கைக்குள் வைத்துக்கொண்டேன்.

இன்று நானும் என் மனைவி அனுராதாவும் பக்கத்து ஊரில் இருக்கும் சரளா வீட்டிற்குச் செல்கிறோம். சரளா நினைவு வந்ததும் மனம் புரண்டது. சிறு வயதில் இருவரும் விளையாடியது நினைவிற்கு வந்தது. தாய விளையாட்டில் அவளைச் ஜெயிக்க முடியாது. தாயக்கட்டையை நாலு என்று சொல்லி உருட்டிவிடுவாள். நாலு வந்திருக்கும். உருட்டுவதற்கு முன் இரண்டு உள்ளங்கைகளில் வைத்து சூடுபடுத்துவதுபோல உருட்டித் தேய்த்துப் பிறகுதான் தரையில் விடுவாள். “இந்தா தாயம். இந்தா மூணு. இந்தா அஞ்சு.” என்று சொலலிச் சொல்லி விழவைப்பாள்.

சரளாவுக்கென்று தனித்த விருப்பங்கள் ஏதும் இருந்தனவா என்று தெரியவில்லை. பெண்களின் தனித்த விருப்பங்கள் ரகசியமானவை. யாருக்குக் கட்டிக்கொடுத்திருக்கிறார்களோ அவன் கணவன். அவனோடு சேர்ந்து வாழ்நாள் முழுதும் வாழ வேண்டும்.

மாமாவும் அத்தையும் சரளா வீட்டிற்கு இரண்டு தெரு தள்ளிக் குடியிருக்கிறார்கள். அவர்களையும் சென்று பார்த்து விட்டுச் சரளா வீட்டிற்குப் போகலாம் என்று நினைத்திருக்கிறேன். என் மனைவிக்குச் சரளா வீட்டிற்குச் செல்வதில் விருப்பம் இருந்ததில்லை. ஆனால் வெளிக்காட்டிக்கொள்ள மாட்டாள். அவளுடைய முக பாவனைகளிலிருந்து அவள் மனதை அறிந்துகொள்வேன். சரியான நேரத்திற்குத் தயாராக மாட்டாள். நான் தயாராகி உட்கார்ந்திருப்பேன். தாமதமாகத் தயாராவாள். அவள் அவசர அவசரமாகத் தயாராவதால் வியர்த்துவிடும். முகப்பவுடர் திட்டுத் திட்டாகத் தெரியும். மின்விசிறிக்குக் கீழே உட்கார்ந்து வியர்வை அடங்கிய பின் முகத்தைத் துடைத்து மீண்டும் பவுடர் போட்டுக்கொள்வாள்.

இருவரும் வீட்டை விட்டு வெளியேறினோம். இரண்டு வீடுகளுக்குச் செல்வதால் பழங்களும் இனிப்புகளும் இரண்டு பைகளில் வாங்க வேண்டும். இனிப்பு வாங்கும் கடையில் நான் பால்பேடா வாங்க வேண்டும் என்று சொன்னால் என் மனைவி மைசூர்பாக் அல்லது ஜாங்கிரி வாங்க வேண்டும் என்கிறாள். பிடிவாதம் பிடித்து பால்பேடா இரண்டு டப்பா வாங்கினேன்.

அடுத்து பஸ் பிடித்துச் செல்ல வேண்டும். பஸ் நிலையத்திற்குச் சென்றோம். நாங்கள் செல்ல வேண்டிய பஸ் வர அரை மணிநேரம் காத்திருந்தோம். “வெயிலா இருக்கு” என்று அனுராதா பத்துத் தடவையாவது சொல்லியிருப்பாள். பஸ் வந்தது. பஸ்ஸிலே ஏறினோம். இரண்டு நபர் அமரும் இருக்கையில் அவளுக்கு ஜன்னலோர இருக்கையைக் கொடுத்து அமர்ந்தேன். ஆட்கள் சேரவில்லை என்பதால் கண்டக்டர் கூவி அழைத்துக்கொண்டிருந்தார். டிரைவர் கீழே நின்று சிகரெட் புகைத்துக்கொண்டிருந்தார். ஆட்கள் சேர்ந்து பஸ் கிளம்பியது. டிரைவர் காது கிழிகிற சத்தத்துடன் ஹாரனை அடிக்கடி அடித்துக்கொண்டிருந்தார்.

கண்டக்டர், டிக்கெட்டுக்கள் கொடுத்துவிட்டுச் சில்லறை இல்லை என்று சொல்லிவிட்டுப் பிற இருக்கைகளுக்குச் சென்றுவிட்டார். “என்னங்க, மீதிப் பணம் கேட்டு வாங்குங்க” என்று அனுராதா அனத்திக்கொண்டிருந்தாள். கண்டக்டர் அருகில் வந்தால் கேட்கலாம். அவர் டிரைவர் இருக்கைக்குப் பக்கத்தில் உள்ள இருக்கையில் அமர்ந்திருக்கும்போது இங்கிருந்து எழுந்து சென்று அவரிடம் டிக்கெட் போக மீதிப்பணம் கேட்பது சரியல்ல என்று எனக்குத் தோன்றியது.

அதிசயம் நடந்தது. கண்டக்டர் என் அருகில் வந்து மீதிப் பணத்தைக் கொடுத்தார். இப்படியும் கண்டக்டர் இருக்கிறார். நான் அனுராதாவைப் பார்த்தேன். “இவர்

புதுசா வேலைக்குச் சேர்ந்தவர்னு நினைக்கிறேன்" என்றாள். பஸ் சீராகச் சென்றுகொண்டிருந்தது. ஜன்னல் வழி காற்று வந்தது. டிரைவர் சினிமாப் பாடல்களை ஒலிக்கவிட்டார். டப்பாங்குத்துப் பாடல்கள். பக்கத்திலிருப்பவரிடம்கூடப் பேச முடியாது. அப்படி ஒரு சத்தம். பஸ்ஸில் எல்லோரும் முகம் வெளிறிப்போய் உட்கார்ந்திருந்தார்கள். நான் கண்டக்டரிடம் சென்று சத்தத்தைக் குறைக்கச் சொன்னேன். டிரைவர் சினிமாப் பட வில்லன் போன்று இருந்தார். பின்னால் திரும்பிப் பார்த்துச் சத்தத்தை லேசாகக் குறைத்தார். இன்னும் குறைக்க வேண்டும் என்று எனக்குத் தோன்றியது. இப்படித்தான் பஸ் பயணத்தைக் கெடுத்துவிடுகிறார்கள்.

பஸ் ஊரையடைந்தது. அத்தை வீட்டிற்கு ஆட்டோவில்தான் போக வேண்டும். ஆட்டோக்காரர்கள் பலவிதத் தோற்றங்களில் இருப்பார்கள். அதில் ஒரு நல்ல ஆளைப் பார்த்துத் தேர்வு செய்து அவரிடம் பேரம் பேச வேண்டும். அப்படி ஒருவரைத் தேர்வுசெய்து பேரம் பேசி முடிவுசெய்தேன். ஆட்டோ சென்றது. பஸ்ஸில் வரும்போது ஜன்னலோரமாக அனுராதா உட்கார்ந்திருந்ததால் தலைமுடி கலைந்திருந்தது. சிறிய கண்ணாடியைப் பார்த்துச் சரி செய்தாள். ஆனால் ஓடிக்கொண்டிருந்த ஆட்டோவில் அதைச் சரியாகச் செய்ய முடியவில்லை. சித்தப்பா வீட்டிற்குச் சற்று முன் ஆட்டோவை நிறுத்தச் சொன்னாள்.

ஆட்டோ நின்றது. பவுடர் டப்பாவும் பஃப்பும் கொண்டு வந்திருந்தாள். சிறு கண்ணாடியைப் பார்த்து முகத் தோற்றத்தைப் புதுப்பித்துக்கொண்டாள். நானும் பவுடர் டப்பாவை வாங்கி முகத் தோற்றத்தைப் புதுப்பித்துக்கொண்டேன். அத்தை வீட்டை அடைந்தோம்.

மாமா வாசலில் நின்று வரவேற்றார். அத்தை நிலைப்படியில் நின்றிருந்தாள். அவர்களுக்குக் கொடுக்க வேண்டிய பழங்கள் இனிப்புகளை அவளும் சரளாவுக்குக் கொடுக்க வேண்டியதை நானும் எடுத்துக்கொண்டோம்.

அத்தைக்கு என்னைப் பிடிக்கும். என் அப்பாவின் கூடப் பிறந்த தங்கை. அவளுக்குத் திருமணமாகும்வரை என் அப்பாவுடன் சேர்ந்து ஒரே வீட்டில்தானே இருந்தாள். அப்பாவிற்கு வெந்நீர் வைத்துக்கொடுப்பது, உணவு பரிமாறுவது, அவரின் ஆடைகளைத் துவைப்பது உள்ளிட்ட வேலைகளை அவள்தான் செய்தாள். அப்பா இதைப் பல தடவை சொல்லியிருக்கிறார்.

என் அப்பா, அம்மாபற்றி அத்தை விசாரித்தாள். அப்பாவின் பிஸினஸ்பற்றி மாமா விசாரித்தார். சம்பிரதாயமான விஷயங்கள்

பேசிய பின் என்ன பேசுவது என்றே எவருக்கும் தெரியவில்லை. பேச்சு நின்றது. அனுராதா என்னைப் பார்த்தாள். காபி வேண்டாம் என்று அத்தை கொடுத்த கூல் டிரிங்ஸ் குடித்திருந்தோம். நான் சும்மா உட்கார்ந்திருக்க, அனுராதா மீண்டும் ஒரு தடவை என்னைப் பார்த்தாள். நாங்கள் மாமா, அத்தையிடம் சொல்லிக்கொண்டோம். சரளாவிடம் கொடுக்கச் சொல்லி அத்தை ஒரு கனத்த பையைக் கொண்டுவந்தாள். மாமா, "வேண்டாம். நாம் அதைக் கொடுத்துக்கொள்ளலாம். விருந்தாளி களிடம் வேலை சொல்லக் கூடாது" என்று சொல்லி அந்தப் பையை உள்ளே கொண்டுபோய் வைத்துவிட்டார்.

அத்தை போன் பண்ணி ஆட்டோ வரச் சொன்னாள். ஆட்டோ வந்தது. நானும் அனுராதாவும் ஏறிக்கொண்டோம். ஆட்டோவில் போய்க்கொண்டிருந்தபோது, "வெந்தயக் கலரில் உனக்குப் புடவை எடுத்துவிடுவோம்" என்றேன். "என்னைக் கே.ஆர். விஜயாவா ஆக்கிப் பாக்கணுமா" என்று கோபமாகக் கேட்டாள். நான் மௌனமானேன். நான் அனுராதாவிடம் அந்தப் பாடலின்போது கே.ஆர். விஜயா கட்டியிருக்கும் சேலை நிறத்தைக் கேட்டிருக்கக் கூடாது. இனி இந்த வாழ்க்கை முழுவதும் வெந்தயக் கலர் சேலை வாங்கிக்கொடுக்க முடியாது. வெந்தயக் கலர் சேலையிலும் அனுராதாவைப் பார்க்க முடியாது.

சரளா வீட்டிற்குச் சற்று தூரத்தில் ஆட்டோவை நிறுத்தினேன். சிறு கண்ணாடியைப் பார்த்து, முகப்பவுடர் போட்டுக்கொண்டேன். தலை சீவிக்கொண்டேன். அனுராதா மௌனமாகப் பார்த்துக்கொண்டிருந்தாள். ஒப்பனை செய்து கொள்ளவில்லை. நான் கேட்டேன். "தேவையில்லை. இது போதும்" என்று சொல்லிவிட்டாள்.

எங்களை எதிர்பார்த்தே வாசலில் சரளா நின்றிருந்தாள். எங்களைப் பார்த்தும், "அத்தான் வாங்க. அக்கா வாங்க" என்றாள். அனுராதா என்னை 'அத்தான்' என்று அழைத்ததேயில்லை. 'என்னங்க' என்றுதான் அழைப்பாள். நானும் சொல்லிப் பார்த்தேன். அவள் இதுவரை கூப்பிடவில்லை. சிறு வயதிலிருந்தே சரளா என்னை 'அத்தான்' என்றே அழைத்துவந்தாள். 'அத்தான்' என்ற வார்த்தை இனிமையானது.

"தம்பி எங்கே" என்று கேட்டேன்.

"அத்தான் ... இப்பத்தான் ஒரு மணிநேரத்துக்கு முன்னே கேதம்னு செய்தி வந்தது. கூட வேலை பாக்கிறவருடைய அப்பாவாம். உன்கிட்டே சொல்லச் சொல்லிட்டு போயிட்டார். எப்ப வருவார்னு தெரியலை. சாப்பாடு எல்லோருக்கும் தயார் பண்ணியிருக்கேன்."

சற்றுநேரம் பேசிக்கொண்டிருந்தோம். அவள் அடிக்கடி 'அத்தான்' என்று அழைத்துக்கொண்டிருந்தாள். அனுராதா ஏதாவது நினைத்துக்கொள்வாளே என்று நான் சங்கடப்பட்டுக் கொண்டிருந்தேன். சாப்பிடச் சென்றோம். சரளா மீன் குழம்பு ருசியாக வைத்திருந்தாள். மீன் வறுவல், பருப்பு வடை, கீரை என்று எல்லாமே நன்றாகச் செய்திருந்தாள். நான் அவளைப் புகழ்ந்துகொண்டிருந்தேன். அவள், "புகழாதீங்க அத்தான்" என்று சொன்னாள். நான் அனுராதா முகத்தைப் பார்ப்பதைத் தவிர்த்தேன்.

பொழுதைக் கழிப்பதற்காகத் தாயம் விளையாடலாம் என்றேன். தாயம் விளையாடினோம். சரளா கேட்டதெல் லாம் தாயத்தில் விழுந்தது. பழைய கெட்டிக்காரத்தனமும் அதிர்ஷ்டமும் தொடர்ந்துகொண்டிருந்தன. அனுராதாவின் விளையாட்டு மோசமாக இருந்தது. கிளம்பும் நேரம் நெருங்கிக் கொண்டிருந்தது.

அனுராதா பாத்ரூம் போய்விட்டு வருவதாகக் கூறிவிட்டு பாத்ரூமிற்குள் நுழைந்தாள். அவள் நுழைந்தவுடன் நான் சரளாவைத் தழுவிக்கொண்டேன். அவள் வாசற்கதவு சாத்தியிருப்பதைப் பார்த்துவிட்டு என்னைத் தழுவிக் கொண்டாள். இருவரும் தழுவிக்கொண்டிருந்ததை விட்டு விலகிக்கொண்டோம். அனுராதா பாத்ரூம் கதவைத் திறந்து வெளியே வந்தாள். சரளா உடைகளைச் சரிசெய்துகொண்டாள். அனுராதா முகத்தைக் கழுவினாள். உள்ளறைக்குச் சென்றாள். டிரெஸ்ஸிங் டேபிள் சேரில் உட்கார்ந்து ஒப்பனை செய்தாள். கட்டிலில் சரளாவின் வெந்தயக் கலர் சேலை இருந்ததைப் பார்த்தாள். சரளா, இந்தப் புடவையை இந்த நேரத்திலா கட்டிலில் வைத்திருப்பாள் என்று நொந்துகொண்டேன்.

கிளம்பினோம். ஆட்டோவில் ஏறினோம். ஆட்டோ அருகில் சரளா நின்றாள். கை அசைத்தாள். நாங்களும் கை அசைத்தோம். ஆட்டோ கிளம்பியது. தலையை வெளியே நீட்டிப் பார்க்கலாம் என்று தோன்றியது. பக்கத்தில் அனுராதா உட்கார்ந்திருந்ததி னால் கட்டுப்படுத்திக்கொண்டேன். ஆட்டோ சென்று கொண்டிருந்தது. "என்னங்க, வெந்தயக் கலர்லே எனக்கு ஒரு புடவை எடுத்துருவோம். இந்த ஊர்லே இருந்தாக்கூட எடுத்துருவோம்." என்றாள் அனுராதா. நான் மௌனமாக இருந்தேன்.

அகழ், ஆகஸ்ட் 2023

செம்பொன் சிலை

ரவி அழுதுகொண்டிருந்தான். மழை தூறத் தொடங்கியது. அவனுக்கு அழுதுகொண்டே மழையில் நிற்க வேண்டும் என்று தோன்றியது. அவன் படியிறங்கி வாசலுக்கு வந்ததும் மழை பெய்தது. செல்போனை ஹாலில் உள்ள மேஜையில் வைத்திருந்தது நினைவிற்கு வந்தது. மழையில் செல்போன் நனைந்தால் புதிது வாங்க வேண்டியிருக்குமே.

செடிகள் மழையில் நனைந்துகொண்டிருந்தன. பழுத்த இலை ஒன்று செடிகளின் கீழே கிடந்தது. மழை வலுத்ததால் தண்ணீர் ஓடியது. அந்தப் பழுத்த இலையைப் பற்றிக்கொண்டு ஒரு புழு ஊர்ந்துகொண்டிருந்ததைப் பார்த்தான். பழுத்த இலை செடிகளின் கீழ்ப்புறத்தில் கிடந்ததாலும் தண்ணீர் செல்லும் வழியில் செடியின் கிளைகள், கற்கள் மறித்திருந்ததாலும் தண்ணீரால் அடித்துச் செல்லப்படாமல் கிடந்தது. மழைநீரில் இலை அடித்துச் செல்லப்பட்டால் புழு இறந்துபோக நேரிடும் என்று ரவி நினைத்தான்.

வீட்டு வாசலுக்கு வந்த ராணி அக்கா, அவன் மழையில் நனைந்துகொண்டிருப்பதைப் பார்த்தாள். அவனைத் தன் வீட்டிற்கு அழைத்துவந்தாள். அவன் திண்ணையில் உட்கார்ந்தான். ராணி அக்கா உள்ளே போய்த் துண்டை எடுத்துவந்து கொடுத்தாள். அவன் துண்டை வாங்கி மடியில் வைத்துக்கொண்டான். ராணி அக்கா துண்டை எடுத்து ரவியின் தலையைத்

துவட்டினாள். அவன் தலை ஆடியது. அவளின் அண்மையை அவன் உணர்ந்தான்.

"என்னடா அப்பா திட்னாரா" என்று கேட்டாள் ராணி.

"ஆமா. நான் என்ன வேலை தேடாமலா இருக்கேன். பரீட்சை எழுதறேன். ரெண்டு எழுதி கிடைக்காமபோச்சு. ரெண்டு பரீட்சை ரிசல்ட் வர வேண்டியிருக்கு. எப்பப் பாத்தாலும் திட்டிக்கிட்டே இருக்காரு."

"அம்மா அப்பாகிட்டே எதும் சொல்ல மாட்டாங்களா."

"வாயையே திறக்க மாட்டாள். அவ்வளவு பயம். அவரை எதிர்த்தோ மீறியோ பேசி நான் பாத்ததில்லை. ஏதாவது சின்ன விஷயத்துக்கு அவருக்கு மாறுபட்ட கருத்தை மென்னு முழுங்கி அம்மா சொன்னாலும் அவர் கடுமையா திட்டுவார். பொம்மை மாதிரிதான்."

"அதுக்கு ஏன் மழையிலே நின்னே."

"என்னை நானே தண்டிச்சுக்கிறேன். என் அப்பாவுக்கு என்மேலே பரிதாபம் ஏற்படணும்னு நெனைச்சேன். அவர் ஈசிசேரிலே படுத்து பேப்பர் படிச்சிட்டு இருக்காரு. அம்மா வெளியே வரப்பாக்கறா. உள்ளே போன்னு அவர் மெரட்றாரு. அதுக்குள்ளே நீ வந்து இழுத்துட்டு வந்துட்டே. அவரு என்னன்னு எட்டிப் பாத்தாரா. கல்லு மாதிரி ஈசிசேரிலே படுத்துருக்காரு. இரக்கமில்லா மனுஷன். ஒரு காலத்துலே உடம்பு சரியில்லாமப் போகுமே. அப்ப மகன் நான்தானே காப்பாத்தணும்னு சிந்தனைகூட இல்லை."

"நீ என்ன பதிலுக்குக் கொடுமைப்படுத்தப்போறியா."

"இவர் அளவுக்கு நான் இரக்கமில்லாதவன் இல்லை."

"உங்க அப்பாவுக்கு இன்னொரு குடும்பம் இருக்கு, அந்தக் குடும்பத்துக்குக் குழந்தைகள் இல்லை."

"ஆமா. குழந்தைகள் இல்லை. அந்த வீடும் இந்த வீடுமாத்தான் வந்து போய்க்கிட்டிருக்காரு. என்மேலேதான் வெறுப்பைக் கொட்றாரு."

"நீ அந்தக் குடும்பம் பத்தி உங்க அப்பாகிட்டே பேசினியா. அதனாலே கோபமா இருக்காரா."

"நான் எதுவும் பேசலை. பேசவும் முடியாது. அப்பாவோட வாக்குவாதம் வர்றப்ப அம்மாவும் அந்தக் குடும்பத்தைப் பத்தி பேசி நான் கேட்டதில்லை."

ராணி அக்கா நெருக்கத்தில் இருந்தாள். அக்கா என்றுதான் அழைக்கிறான். அதற்காக அவள் கூந்தலின் நறுமணத்தை உணரக் கூடாதா. நறுமணம் வீசியது.

மழை தூறலாக மாறியது. திடீரென்று மஞ்சள் வெயில் தூறலுடன் இணைந்துகொண்டது. அழகான காட்சியாக இருந்தது. எதிர்வீட்டிலிருந்து பரிபூரணி வெளியே வந்து வாசலில் நின்றாள். ராணி அக்கா அவனுடைய அண்மையை விட்டு விலகி எதிர்த்திண்ணையில் உட்கார்ந்திருந்தாள்.

பரிபூரணிக்கு அளவெடுத்து அமைந்தது போன்ற உடலமைப்பு. அடர்ந்த கூந்தல். அவள் இந்த மழைத்தூறல், மஞ்சள் வெயில் இருக்கும் நிலையில் பொன்னிறமாக இருந்தாள். ரவிக்கு உறவுக்காரப் பெண். முறையும் சரியாக வருகிறது. எல்லாம் கூடி வர வேண்டுமே. அவன் பொதுவாகவே அதிர்ஷ்டம் இல்லாதவன். அவனது அப்பாவிற்கும் தெருவில் நல்ல பெயர் இல்லை.

மழை நின்றது. அப்பா வீட்டை விட்டு வெளியேறிச் செல்வதைப் பார்த்தான்.

"டேய் அப்பா வெளியே போறார். நீ வீட்டுக்குப் போறதுன்னா போ."

"டிரஸ் நனைஞ்சி போச்சு. மாத்தணும்" என்று சொன்னானே தவிர, அவன் பரிபூரணியை அல்லவா பார்த்துக்கொண் டிருக்கிறான். ராணி அக்கா, அவன் பரிபூரணியைப் பார்ப்பதைக் கவனித்தாள்.

"பூரணி அழகி" என்றாள் ராணி அக்கா.

"அழகிதான். எங்கம்மாவும் ஒரு காலத்துலே அழகியாத்தான் இருந்தாள்."

"அசட்டுத்தனமா பேசாதே. வயசானா அழகு பழைய இடத்துலே அப்படியே நிக்குமாக்கும். எனக்கு கால்வாசி அழகு குறைஞ்சாச்சு."

வெயிலில் மழை தூறும்போது செம்பொன் நிறமாக மாறிய பரிபூரணியை அவன் பார்த்துக்கொண்டிருந்தான். அவளும் அவனைப் பார்த்தாள். அவள் செம்பொன் சிலைதான். சற்று நேரத்தில் அந்தச் செம்பொன் சிலை வீட்டிற்குள் சென்றது.

அவன் ராணி அக்காவிடம் சொல்லிக்கொண்டு வீட்டிற்கு வந்தான்.

"ஏண்டா அப்பாவைப் பத்தி உனக்குத் தெரியாதா. அவர் திட்டுனா இப்படித்தான் மழையிலே நின்னு நனையிறதா.

காச்சல் வந்தா துயரந்தானே. அவர் நீ நனையிறதை ஒரு தடவை பார்த்தார். அப்பறம் பேப்பர் படிக்கறார். படிச்சதையே படிக்கறார். பிடிவாதக்காரர். அன்பு இல்லைன்னு சொல்ல மாட்டேன். வெளிக்காட்ட மாட்டார். போயி டிரஸ் மாத்திக்க" என்றாள் அம்மா.

ரவி அம்மாவைப் பார்த்தான். துயரத்தின் ரேகை உள்ளே ஓடும் முகம். அவள் சிரிப்பெல்லாம் எங்கே போயிற்று என்று தெரியவில்லை. பழைய தோழிகள் யாராவது அப்பா இல்லாத சமயம் வந்தால் அம்மா மகிழ்ச்சியாக, உற்சாகமாக இருப்பாள். அவள் அப்போது ஒரு இயல்பான பெண். பிற சமயங்களில் இன்னொருவரின் கட்டுப்பாட்டில் இருக்கும் பெண். கணவர் என்னும் மன அழுத்தத்தைச் சுமந்து கொண்டே வாழ்நாட்களைக் கழித்துவிட்டாள். எஞ்சிய நாட்களையும் கடக்க வேண்டிய நிலை அவளுக்கு.

உள்ளே சென்று ஆடைகளை மாற்றி வந்தான். "அப்பா எப்ப வருவாரு" என்று கேட்டான்.

"இன்னைக்கு வர மாட்டாரு. நாளைக்கி சாயந்திரம்தான் வருவாரு."

அவனுக்குப் புரிந்துவிட்டது. அப்பா இன்னொரு மனைவியின் வீட்டுக்குச் செல்கிறார் என்று பொருள். அமிர்தாஞ்சனம் வாசனை அடித்தது. அம்மா நெற்றிப் பொட்டில் தடவியிருக்கிறாள். எங்கு சென்றாலும், காய்கறி வாங்கச் சென்றாலும், அமிர்தாஞ்சனத்தைக் கொண்டுசெல்வாள். பர்சுக்குள் வைத்துக்கொள்வாள். ஒரு நாளில் பலதடவை தடவிக் கொள்வாள். அம்மாவுடன் இருக்கும்போது அமிர்தாஞ்சனம் வாசனையை நுகர்ந்துகொண்டுதான் இருக்க வேண்டும். அவளுக்கும் பழகிப்போய்விட்டது. அமிர்தாஞ்சனம் வாசனை இல்லாவிட்டால் அவளுக்கு இயல்பாக இருக்க முடியாது.

"அம்மா ரெண்டு பரீட்சை எழுதியிருக்கேன். ஒண்ணு இன்டர்வியூ போஸ்ட். இது உயர்ந்த போஸ்ட். சிபாரிசுக்கெல் லாம் இடம் இருக்கும். இன்னொண்ணு இன்டர்வியூ இல்லாத போஸ்ட். இது கீழ்நிலை போஸ்ட். இது எனககு உறுதியா கிடைக்கும். சந்தர்ப்ப சூழ்நிலை சரியா அமைஞ்சா அந்த உயர்ந்த போஸ்டுக்குக்கூட செலக்ட் ஆகலாம். பிரிலிமினரி, மெயின் பாஸ் ஆகியிருக்கேன். இன்டர்வியூலே செலக்ட் ஆகிட்டேன்னா டெபுடி கலெக்டர் அல்லது டி.எஸ்.பி. நான் இந்த மாதிரி உத்தியோகத்துக்குப் போயிட்டா அப்பா திட்டுவாரா. அப்பாவைத்தான் நான் திட்டுவேன்."

“அப்பாவை ஏன்டா திட்டணும். அது அவரு சுபாவம். நான் என்னென்னவோ நினைச்சி வந்தேன். எல்லாம் தலைகீழாயிருக்கு. இதுதான் வாழ்க்கை. நல்ல கற்பனைங்கிறது நல்ல கனவுதான் போலிருக்கு. நீ எப்படியும் பெரிய, உயர்ந்த வேலைக்குப் போயிருவே. என் உள்மனசு சொல்லுது. ஆனா அப்ப இவரு இங்கேயே இருப்பாரா அல்லது அந்தக் குடும்பத்தோட போயி இருக்கப்போறாரான்னு தெரியலை. நீ இப்ப வேலையில்லாம இருக்கே. நான் வீட்டைக் கவனிச்சுக்கற மனைவி. உனக்கு வேலை கிடைச்சுருச்சுன்னா, நீ என்னைப் பொருளாதார ரீதியா பாத்துக்குவேன்னு அவருக்குத் தெரியும். அந்தப் பொண்ணு தனி ஆள். அதனாலே அங்கேயே போயிருவாருன்னு தோணுது.”

அம்மா அமிர்தாஞ்சனத்தை விரல்களில் எடுத்து நெற்றிப் பொட்டில் தடவிக்கொண்டாள்.

ரவி அப்பா அமரும் ஈஸிசேரில் அமர்ந்தான். அப்பாவின் குணம் தன்னைத் தொற்றிக்கொள்வது போன்ற பிரமை ஏற்பட்டது.

“நீ அப்பாவோட சண்டை போட்டுத் தடுத்துருக்கணும். உனக்குத் தாழ்வு மனப்பான்மை. அதுனாலே பேசாம இருந்துட்டே.”

“நீ எனக்குச் சின்னப் பையன்தான். இப்ப சொல்றேன். சண்டைன்னா அப்படி ஒரு சண்டை. சண்டை முத்தி விறகுக் கட்டையை எடுத்துட்டேன். சொன்னா நம்ப மாட்டே. நெடுஞ்சாண்கிடையா என் கால்லே விழுந்து காலைப் பிடிச்சுக்கிட்டாரு. ‘என்னாலே விட முடியாது. என்னை நம்பி வந்த பொண்ணு’ங்கிறார். நான் என்ன செய்ய முடியும், சொல்லு. நான் அந்தச் சம்பவத்துக்குப் பிறகு அவரோட வாக்குவாதம் பண்றதில்லை. அவரோட தாவா வரும்னு தெரிஞ்சா பேச்சை நிறுத்திக்குவேன்.”

வாசலில் பரிபூரணியின் அம்மா காமாட்சி வருவது தெரிந்தது. கையில் சிறு பாத்திரத்துடன் வந்தாள்.

“கேசரி செஞ்சேன். கொடுத்துட்டுப் போகலாம்னு வந்தேன்” என்றாள் காமாட்சி.

ரவி தன் அறைக்குள் சென்றான். ரவியின் அம்மா அறைக்குள் வந்து கேசரி உள்ள சிறு கிண்ணத்தை ரவியிடம் கொடுத்தாள். ஆரஞ்சு நிறத்தில் கேசரி மின்னயது. அதில் வெளியே தெரியுமாறு இரண்டு முழு முந்திரிப் பருப்பு புதைந்திருந்தது. உள்ளே ஒன்றிரண்டு முந்திரிப் பருப்பு இருக்கலாம். ஸ்பூனில் எடுத்து வாயில் போட்டான். கேசரி இனிப்பாக வாயில் கரைந்தது. முந்திரிப் பருப்பைக் கடித்துத் தின்றான். பரிபூரணியை நினைத்துக்கொண்டான். பரிபூரணியின் அம்மா காமாட்சியும்

அவனுடைய அம்மாவும் பேசுவதை ஒட்டுக்கேட்டான். அரைகுறையாகக் காதில் விழுந்தது.

பரிபூரணியின் கல்யாணம் தொடர்பாக ஏதோ பேசிக் கொள்கிறார்கள் என்று தெரிந்தது. ரவிக்குத் திகைப்பு ஏற்பட்டது. தனக்கு விரைவில் வேலை கிடைக்க வேண்டும் என்று நினைத்துக்கொண்டான். அதுவரை பரிபூரணியின் கல்யாணப் பேச்சு தாமதப்படவேண்டும் என்று விரும்பினான்.

காமாட்சி சென்றுவிட்டாள். அறையை விட்டு வெளியே வந்த ரவி, கேசரி தயார் பண்ணி காமாட்சி கொடுத்ததற்கு ஏதாவது விசேஷம் காரணமா என்று கேட்டான்.

“இல்லை. காரணம் ஒன்றுமில்லை. கேசரி தயார் பண்ணணும்னு தோணி பண்ணியிருக்காங்க. அப்படியே நமக்கும் கொடுத்திருக்காங்க” என்றாள்.

ரவி வாசலுக்கு வந்தான். பூக்காரியிடம் பரிபூரணி பேசி மல்லிகைப்பூ வாங்கிக்கொண்டிருந்தாள். செம்பொன் சிலைதான். அவள் ரவியைப் பார்த்தாள். பிறகு பூச்சரத்துடன் உள்ளே சென்றுவிட்டாள். ரவி வீட்டிற்குள் வந்தான்.

“உனக்கு சீக்கிரமா வேலை கிடைச்சிருமாடா. பரிபூரணிக்கு வரன் வந்தது, ஜாதகம் அமையலைன்னு காமாட்சி சொன்னாள்” என்றாள் அம்மா.

“சர்வீஸ் கமிஷன் எப்ப இன்டர்வியூ வைக்கிறாங்கன்னு தெரியலை. இன்டர்வியூக்கு அப்புறம் எப்ப ரிசல்ட் போடுவாங் கன்னும் தெரியலை. நான் செலக்ட் ஆவேனாங்கிறதும் தெரியலை.”

“பரிபூரணி பூரணமான அழகுள்ள பெண்” என்றாள் அம்மா. ரவி ஒன்றும் பேசவில்லை. ‘ஒவ்வொருத்தர் வாழ்க்கையும் எப்படி எப்படியோ நிர்ணயிக்கப்படுது’ என்று நினைத்தான்.

“உனக்கு எப்போ வேலை கிடைச்சு அப்புறம் வேலைக்குச் சேந்து, உடனேயேவா கல்யாணப் பேச்சு எடுக்க முடியும். எவ்வளவு காலம் பிடிக்கும்னு தெரியலையே” என்றாள்.

பழுத்த இலைமீது, அதைப் பற்றிக்கொண்டு ஊர்ந்த புழுவை ரவி நினைத்துக்கொண்டான். அமிர்தாஞ்சனம வாசனை அடித்தது. செம்பொன் சிலை மின்னலைப்போல வாசலைக் கடந்து செல்வதைப் பார்த்தான்.

அகழ், 2023

ரயில்வே ஸ்டேஷன்

அவன் அந்த ஊருக்குச் செல்வதாக முடிவு பண்ணினான். ஒரு காலத்தில் அவன் அந்த ஊரில் அரசுப் பணி புரிந்தான். அவனுக்கு அப்போது பல்வேறு நிலைகளில் உதவியாக இருந்த எவரும் இப்போது பணியில் இல்லை. சிலர் இறந்துவிட்டார்கள். அவன் யாரையும் தொடர்பு கொள்ளவில்லை.

பணியில் இருக்கும்போது இருசக்கர வாகனத்தில் ரயில்வே ஸ்டேஷனுக்கு வந்து வாகன நிறுத்துமிடத்தில் வைத்துவிடுவான். மாதக் கட்டணம். ஈரோடு பாஸஞ்சர் காலை 9.10க்கு வரும். ரயிலுக்கு மாதாந்தர பாஸ் எடுத்திருந்தான். அவன் பிளாட்பாரத்தில் நுழைவதற்கும் ரயில் வருவதற்கும் நேரம் சரியாக இருக்கும். ரயிலில் கூட்டமிருக்காது. அவன் ஏதாவது ஒரு கம்பார்ட்மெண்ட்டில் ஏறி உட்கார்ந்து கொள்வான். சற்றுநேரத்தில் சிகரெட் எடுத்துப் பற்றவைப்பான். அவனிடம் லைட்டர் இருந்தது. அதை ஆன் செய்து எரியும் சுவாலையில் சிகரெட் பற்றவைப்பதில் அவனுக்கு மிடுக்கான தோரணை வந்துவிடும்.

முன்பு அவன் பைப் வைத்திருந்தான். அதற்கான புகையிலையையும் அவனிடம் இருந்தது. பைப்பில் பொது இடத்தில் சிகரெட் பிடித்தால் விநோதமாக இருக்கும். அன்னியமாகத் தெரியும். பெரிய இடத்து மனிதர்கள் கூடும் இடத்திற்குச் சென்றால், பைப்பில் புகைப்பான். அந்த பைப்

கீழே விழுந்து உடைந்துவிட்டது. அவனுக்கு அந்தப் புகையிலை ஒத்துக்கொள்ளவில்லை. புது பைப் வாங்கவில்லை.

இப்போது பொது இடத்தில் புகைபிடிப்பதற்குப் பல கட்டுப்பாடுகள் வந்துவிட்டன. ரயிலில் புகைபிடிக்க முடியாது. பொது இடத்திலோ அலுவலகத்திலோ புகைக்க முடியாது. அவன் மேலதிகாரி மேஜையில் ஆஷ்டிரே வைத்திருப்பார். இரண்டு சிகரெட் பெட்டிகளை ஒன்றன்மேல் ஒன்றாக அடுக்கி வைத்திருப்பார். நான் பார்க்கச் செல்லும் பெரும்பான்மையான நேரங்களில் புகைத்துக்கொண்டிருப்பார். கோப்புகளைப் பார்க்கும்போது, ஆஷ்டிரேயில் சிகரெட்டை வைத்துவிட்டு இரண்டு பக்கங்கள் பார்த்ததும் மீண்டும் சிகரெட்டை எடுத்துப் புகைப்பார். சமயங்களில் புகையை வளையம் வளையமாக ஊதுவார். அவை காற்றில் சென்று மெல்லிய புகையாக மாறி மறையும்.

அவன் டிக்கெட் எடுத்து பிளாட்பாரத்தில் நின்றிருந்தான். ரயில் வந்தது. கூட்டமில்லை. பழைய நினைவுகளுடன் ஒரு கம்பார்ட்மெண்டில் ஏறிக்கொண்டான். எதிரே உள்ள பெஞ்சில் கல்லூரி மாணவன்போல் தோன்றிய ஒருவனும், மாணவி போல் தோன்றிய ஒருத்தியும் உட்கார்ந்து மெதுவான குரலில் பேசிக்கொண்டிருந்தார்கள். அவன் உட்கார்ந்திருந்த பெஞ்சிற்கும் அவர்கள் இருக்கும் இடத்திற்கும் மூன்று அடி இடைவெளி இருக்கலாம். ஆனால், அவர்கள் பேசிக்கொள்வது எதுவுமே கேட்கவில்லை. அவன் உட்கார்ந்திருக்கும் பெஞ்சில் ஜன்னலோரத்தில் ஒரு முதியவர் அமர்ந்திருந்தார். ஜன்னல் வழியே வெளியே பார்த்துக்கொண்டிருந்தார்.

அவன் இறங்க வேண்டிய ஊர் இன்னும் இருபது நிமிடத்தில் வந்துவிடும். வயதானவர் எங்கு போகிறாரோ, இந்தப் பையனும் பெண்ணும் எங்கு போகிறார்களோ தெரியவில்லை. பையனுக்கும் பெண்ணுக்கும் எதிரே இருவர் உட்கார்ந்திருப்பது பற்றிய எண்ணமே இல்லை. சிரித்துப் பேசிக்கொண்டிருந்தார்கள். ரயில் கிளம்பியது.

அந்தப் பையனும் பெண்ணும் என்ன பேசுகிறார்கள் என்பதைத் தெரிந்துகொள்ள உன்னிப்பாகக் கவனித்தான். ஒன்றுமே கேட்கவில்லை. அந்தப் பெண் ஒரு நோட்டுப் புத்தகத்தை மடியில் வைத்திருந்தாள். அதன் உள்பக்கத்தில் பேனாவைச் செருகியிருந்நாள். அவர்கள் இருவரும் சிரித்துப் பேசிக்கொண்டிருந்தபோது நோட்டுப் புத்தகம் கீழே விழுந்தது. அவன் எடுத்தான். அட்டையின் மேல் ரோகிணி பி.எஸ்.சி. 2ஆவது வருடம் என்று எழுதியிருந்தது. அடைப்புக் குறிக்குள்

'பாட்டனி' என்று எழுதியிருந்தது. எடுத்த நோட்டுப் புத்தகத்தை அவளிடம் கொடுத்தான். அப்போதுதான் அவள் அவனைப் பார்த்தாள். பிறகு கண்களைத் திருப்பிக்கொண்டாள். அந்தப் பையனும் பெண்ணும் ஏதோ பேசிச் சிரித்துக்கொண்டிருந்தார்கள்.

அவன் இறங்க வேண்டிய ஊர் வந்துவிட்டது. இறங்கினான். அழகான ரயில்வே ஸ்டேஷன். இத்தகைய வடிவமைப்பை இந்தியா முழுக்க உருவாக்கிய பிரிட்டிஷ்காரரர் பெயர் தெரியவில்லை. அந்த வேலி டிசைனும் கட்டிட டிசைனும் ஊர் பெயரைத் தெரிவிக்கும் சிமெண்ட் தூண் அமைப்பும் அதில் மஞ்சள் பின்னணியில் கருப்பு பெரிய எழுத்துகளும் சிமெண்ட் சாய்வு பெஞ்சுகளும் கற்பனையில் வந்துதானே இத்தகைய ரயில்வே ஸ்டேஷன் வடிவமைப்பை உருவாக்கியிருக்க முடியும். ரயில்வே ஸ்டேஷனை நன்றாகப் பார்த்தான். அவ்வளவு அழகாக இருந்தது. சில இடங்களில் நிழலுக்கு மரங்கள் இருந்தன.

அந்தக் காலத்தில் தான் குடியிருக்கும் ஊருக்குத் திரும்பிச் செல்லும் ரயிலுக்காகச் சாய்வு சிமெண்ட் பெஞ்சில் உட்கார்ந்து சக பணியாளர்களுடன் அரட்டையடித்துக் கொண்டிருக்கும்போது ஒரு பெரியவர் கண்ணாடியால் மூடப்பட்ட தள்ளுவண்டியில் முறுக்கு, சீடை, அதிரசம், காரச்சேவு கொண்டுவருவார். வழக்கமாக முறுக்கு வாங்கிச் சாப்பிடுவார்கள். அப்போதே வயதானவராக இருந்தார். இப்போது உயிரோடு இருக்கிறாரோ இல்லையோ. அப்போது அவருக்குத் திருமணமாகாத மகள் இருந்தாள். பெரியவருக்கு உடல்நலம் சரியில்லாத சில நாட்களில் தள்ளுவண்டியை அவள் தள்ளிக்கொண்டு வருவாள். பிறகு ஆண்களின் தொல்லையினால் அவள் வருவதில்லை.

அவன் பஜாருக்குள் செல்லாமல் வெளிப்பாதையில் நடந்தான். சற்று நேரத்தில் வயல்வெளிகள் வந்துவிட்டன. இருபுறமும் நெல்வயல்கள். வரப்புகளை ஒட்டிச் செல்லும் வாய்க்கால்களில் தண்ணீர் ஓடிக்கொண்டிருந்தது. அவன் செல்லும் இடத்திற்குச் சுமார் மூன்று கிலோமீட்டர் நடக்க வேண்டும். ஆட்டோ அமர்த்திச் சென்றிருக்கலாம். ஆனால், அதெல்லாம் தேவையில்லாத குழப்பத்தைக் கொண்டுவரும்.

தென்னந்தோப்பு தெரிந்தது. செண்பகம் இருக்கிறாளோ இல்லையோ, போய்ப் பார்த்துவிடுவது என்றுதான் வந்திருக்கிறான். தென்னந்தோப்புக்குள் நுழைந்தான். ஒரு காரை வீடு இருந்தது. அவன் வெளியே நின்று, "செண்பகம்... செண்பகம்" என்று அழைத்தான். உள்ளிருந்து ஒரு நடுத்தர வயதுப் பெண் ஈரக்கை

களை சேலையில் துடைத்துக்கொண்டே வெளியே வந்தாள். அவனைப் பார்த்ததும் ஆச்சரியம் அடைந்தாள்.

“நீங்களா. எவ்வளவு காலம் ஆச்சு உங்களைப் பார்த்து.”

“ஆமாம், செண்பகத்தைப் பாத்துட்டுப் போகலான்னுதான் வந்தேன்.”

“உள்ளே வாங்க.”

அவன் உள்ளே நுழைந்தான். இரண்டு நாற்காலிகள் இருந்தன. இன்னும் இரண்டு பிளாஸ்டிக் நாற்காலிகள் சுவரை ஒட்டி அடுக்கப்பட்டிருந்தன. நாற்காலியில் உட்கார்ந்து கொண்டான். செண்பகம் தரையில் உட்கார்ந்து சுவரில் சாய்ந்துகொண்ண்டாள்.

“எனக்கு ஒரே சிரிப்பா வருது” என்று சொல்லி செண்பகம் சிரித்தாள்.

“எதுக்கு.”

“உங்களைப் பாத்த சந்தோஷந்தான்.”

“அப்ப நானும் சிரிக்கறேன். உன்னைப் பாத்த சந்தோஷத்திலே” என்று அவனும் சிரித்தான்.

அவன் எழுந்து அவளருகே சென்றான். அவள் எழுந்து நின்றாள். காலால் ஒரு பக்கக் கதவைச் சாத்தினாள். இருவரும் கட்டிக்கொண்டார்கள். அவள் முகத்தில் அவன் சில இடங்களில் முத்தமிட்டான்.

சற்று நேரத்தில் பிரிந்து அவரவர் இடத்தில் உட்கார்ந்து கொண்டார்கள். அடைத்த ஒரு பக்கக் கதவைத் திறந்தாள்.

“பையன் என்ன செய்யறான். எப்படி இருக்கான்.”

“அய்யா நீங்க காட்ன வழியிலே படிச்சு, பாஸாகி அரசாங்க வேலைக்கும் போயி, மாசாமாசம் எனக்குப் பணம் அனுப்பறான். நீங்க இருக்கற இடம் தெரியலை. மெட்ராஸ்லே மக வீட்லே இருக்கறதா கேள்விப்பட்டேன். வேலை கிடைச்ச பின்னே உங்களை சந்திச்சு பையனுக்கு ஆசீர்வாதம் வாங்கணும்னு நெனைச்சேன். முடியாமல் போயிருச்சு” என்றாள்.

“ஆமா பெண்டாட்டி இறந்த பிறகு மக வீட்டுக்குப் போயிட்டேன். மெட்ராஸ்லே வைச்சுத்தான் வைத்தியம் பாத்தோம். கேன்சர்ங்கிறதுனாலே ஒண்ணும் சரிசெய்ய முடியலை.”

"நீ எப்படி இருக்கே."

"நான் எப்பவும் போலத்தான் இருக்கேன், தென்னை மரங்களைப் பாத்துக்கிட்டு. தேங்காயும் முன்னைப்போல காய்ப்பு இல்ல. டீ சாப்டறீங்களா. பால் இருக்கு."

"சாப்பிடறேன்."

அவள் எழுந்து அடுக்களையாக இருந்த சிறிய இடத்தில் இருந்த அடுப்பைப் பற்றவைத்தாள். சற்று நேரத்தில் டீ வந்தது.

செண்பகம் டீ டம்ளரை அவனிடம் கொடுத்தாள். அவன் வாங்கி டீயை உறிஞ்சினான். "செண்பகம் மாதிரியே நல்லா இருக்கு" என்றான். அவள் வெட்கப்பட்டாள்.

"உடம்புக்கு ஒண்ணும் இல்லையே" என்றான்.

"சர்க்கரை நோய்னு சொல்றாங்க. இனிப்பு சேத்துக்கறதில்லை. மாத்திரை சாப்பிடறேன்" என்றாள் செண்பகம்.

பழைய கதைகள் பேசினார்கள். சிரித்துச் சிரித்துப் பேசினார்கள். அவன் கடிகாரத்தைப் பார்த்தான்.

"நேரமாயிருச்சாக்கும். இனி எப்ப பாக்கறதோ தெரியலை" என்றாள்.

"என்ன செய்றது. வாழ்க்கை இப்படித்தான் ஓடும்" என்றான் அவன்.

"நீங்க செஞ்ச உதவியை நானும் என் பையனும் மறக்க மாட்டோம்."

"நான் என்ன பெரிசா உதவி செஞ்சேன். எனக்குத் தெரிஞ்ச வழியைக் காண்பிச்சேன். சில உதவிகள் செய்தேன். அவ்வளவுதான். நீ எனக்கு செய்ததுதான் பெரிசு. ரயில் வர்ற நேரமாச்சு. திரும்பிப் போகணும்" என்றான்.

"பக்கத்துலே வாங்க" என்றாள். அதே சமயம் காலால் ஒரு பக்கக் கதவைச் சாத்தினாள். அவன் பக்கத்தில் வந்தான். கட்டிக்கொண்டார்கள். அவன் முகத்தில் அவள் சில இடங்களில் முத்தமிட்டாள்.

இருவரும் பிரிந்தார்கள். அவன் பின்னால் திரும்பிப் பார்த்தான். சோகமாய் நின்றிருப்பதுபோல் இருந்தாள். சாலையை அடைந்து, நடந்து, ரயில்வே ஸ்டேஷனை அடைந்தான். அழகான ரயில்வே ஸ்டேஷன்.

ரயிலில் ஏறச் சில பயணிகள் காத்திருந்தார்கள். சிமெண்ட் சாய்வு பெஞ்சில் உட்கார்ந்தான். பலகாரத் தள்ளுவண்டியைத் தள்ளிக்கொண்டு ஒருத்தி வருவதைப் பார்த்தான். கூட ஒரு சிறு பையன் துணைக்கு வந்துகொண்டிருந்தான். சில பயணிகள் பலகாரங்கள் வாங்கினார்கள்.

அவன் பலகாரத் தள்ளுவண்டி அருகில் சென்றான். "அம்மா, நான் முன்பு ஒரு காலத்தில் இங்கு வேலைபாத்தேன். உங்க அப்பாவைத் தெரியும்" என்றான்.

"அவர் இறந்துபோயி ரொம்ப காலாமாயிருச்சு. இவன் என் பையன்" என்று அந்தச் சின்னப் பையனைக் காட்டினாள்.

அவன் முறுக்கு வாங்கினான். அதற்கான பணம் கொடுத்தான். அவள் தள்ளுவண்டியை நகர்த்தியபடி பிற பயணிகளை நோக்கிச் சென்றாள்.

சற்று நேரத்தில் ரயில் வந்தது. ரயிலில் ஏறி உட்கார்ந்தான். ஊர் போய்ச் சேர்ந்தான்.

அகழ், 2023

சோபியா லாரென்

1. ராஜேந்திரன்

நான் என்னைப் போக்கிரிப் பெண் என நினைத்திருக்கிறேன். வகுப்பில் கடைசி பெஞ்ச் வரிசை. கலாட்டா செய்யும் பெண்கள்தான் தோழிகள். துணிச்சலாகப் பேசுவதில் புகழ் பெற்றவள். இப்படித்தான் ஜெயந்தி ஆகிய நான் என்னை வடிவமைத்துக்கொண்டேன். இப்படிப் பட்டவளுக்குப் பழகுவதற்கு ஆண் தோழர் இல்லாமல் இருக்கலாமா. ராஜேந்திரன் இருந்தான். நான் பேசும்போது அவன் ஏதாவது மறுத்துப் பேசினாலோ, தேவையில்லாமல் பேசினாலோ, தோள்பட்டையில் அடிப்பேன். அவன் அதை ஏதோ தெய்வீக ஆசீர்வாதம்போலப் பெற்றுக்கொள்வான். என்னுடைய சூட்டிகையும் துணிவும் அவனுக்குப் பிடித்திருந்தது. ராஜேந்திரனின் அடங்கிய குணம் எனக்குப் பிடித்திருந்தது. நாங்கள் இரண்டு பேரும் காதலித்தோம். இந்த உறவுக்கு அப்படித்தான் பெயர் சொல்ல வேண்டும். காதல் கடிதங்கள் எழுதிக்கொண்டோம். அந்த மடப்பயலுக்குச் சொந்தமாகக் கவிதைகள் எழுத வராது. கவிஞர்கள் எழுதிய பாடல்களைக் கடிதத்தில் குறிப்பிடுவான். நான் சில நேரங்களில் பச்சையாக எழுதுவேன். என் முன்னால் வாய்விட்டுப் படிக்கச் சொல்வேன். கூச்சத்தில் நெளிவான். எனக்கு அதைப் பார்க்க மகிழ்ச்சியாக இருக்கும்.

இந்தக் கடிதங்கள் எல்லாம் அவனிடம் இருப்பது எனக்கு ஆபத்தானது என்ற நினைப்பு வரும். ஆனால் அவன் துணிச்சல் இல்லாதவன்

என்று நான் அறிவேன். எங்கள் இருவருக்கும் திருமணம் ஆகாமல் போகலாம் என்ற எண்ணமும் எனக்கு இருந்தது. அதற்காகப் படிக்கும்போது காதலிக்காமல் இருக்க முடியுமா. வேறு இடத்தில் திருமணம் நிச்சயமானால் எப்படி அவனிடம் கடிதங்களைக் கைப்பற்ற வேண்டும் என்று நான் அறிவேன். அத்தகைய ஆளாக இருப்பான் என்று கண்டறிந்துதானே காதலித்தேன்.

படிப்பு முடிந்தபின் ராஜேந்திரனைச் சந்திப்பது குறைந்து விட்டது. வீட்டில் திருமணத்திற்கு வரன் பார்க்கும் பேச்சு வந்தது. ராஜேந்திரன் பெயிலாகிப் பாடங்கள் பாக்கி வைத்திருந்தான். அவற்றை அவன் பாஸ் செய்து வேலை கிடைத்து, என்னைத் திருமணம் செய்துகொள்வது நடக்கிற காரியமில்லை. இவன் கூட ஓடிப்போய் எளிய வேலைகளைப் பார்த்து, வறுமையில் வாழ்வது ஒரு வாழ்க்கையா. படிப்பது போல் காதலிப்பதும் ஒரு மகிழ்ச்சியாகச் செய்வது. அதற்காக வாழ்க்கையைப் பலிகொடுக்க முடியுமா. நான் என்னிட மிருந்த அவனுடைய காதல் கடிதங்களையெல்லாம், நகருக்கு வெளியே இருந்த தியேட்டரில் இருவரும் சினிமாவுக்கு ஜோடியாகச் சேர்ந்து சென்றபோது கொண்டுவந்திருந்தேன். அவனுக்கு நான் எழுதிய கடிதங்களைக் கொண்டுவரக் கூறியிருந்தேன். அவன், கண்களில் நீர் வழிய என்னிடம் கொடுத்தான். நான் புரட்டிப் பார்த்தேன். குறிப்பாக ஒரு தேதியிட்ட கடிதம் இருக்கிறதா என்று பார்த்தேன். எதிர்பார்த்தபடியே அந்தத் தேதியிட்ட கடிதம் இல்லை. அதில் நான் வெளிப்படையாக ஆசைகளைத் தெரிவித்திருப்பேன். அவன் எழுந்து பின் பாக்கெட்டில் இருந்து அந்தக் கடிதத்தை எடுத்துக் கொடுத்தான். மீண்டும் ஒருமுறை சரிபார்த்தேன். எல்லாக் கடிதங்களும் வந்துவிட்டன என்று தோன்றியது.

சினிமா விட்டு வரும்போது ஒரு கடையில் தீப்பெட்டி வாங்கினேன். நான் அவனுக்கு எழுதிய கடிதங்களை ரோட்டோரத்தில் போட்டுத் தீ வைத்தேன். அருகில் கிடந்த குச்சியை எடுத்து எரிந்துகொண்டிருந்த கடிதங்களைப் புரட்டி நன்றாக எரியவைத்தேன். பிறகு அவன் எழுதிய கடிதங்களை எரிந்துகொண்டிருந்த கடிதங்களின் மீது போட்டேன். நன்றாக எரிந்தது. ராஜேந்திரன் குழம்பிப்போய் நின்றிருந்தான். வரும் வழியில் பிள்ளையார் கோயில் இருந்தது. கடையில் ஒரு தேங்காய் வாங்கினேன். ராஜேந்திரனிடம் கொடுத்து சிதறு தேங்காய் போடச் சொன்னேன். அவன் தேங்காயைத் தரையில் அடித்தான். தேங்காய் சிதறியது. அருகில் நின்றவர்கள் சிதறு தேங்காயை எடுத்தார்கள். "மங்களம் பாடியாச்சா" என்றான் ராஜேந்திரன்.

"ஆமாடா. காதலுக்கு மங்களம். நீ ஏதாவது பேசணும்னா பேசு. காதல்னு பேசாதே" என்றேன்.

"வேறென்ன பேசறது" என்றான். "அப்ப பேசாம இருடா" என்று சொல்லிக்கொண்டே வந்துகொண்டிருந்த ஆட்டோவை நிறுத்தினேன். ஆட்டோவில் ஏறி, அவனுக்குக் கைகாட்டினேன். வீட்டிற்குச் சென்று முகம், கை, கால் கழுவிவிட்டு, படுக்கையில் படுத்தேன். தூங்கிவிட்டேன். நல்ல தூக்கம்.

எழுந்து காபி குடித்தேன். பாரம் நீங்கியதைப் போலிருந்தது. அப்பாவிடம், "நீங்கள் திருமணத்திற்கு வரன் பார்க்கலாம்" என்றேன்.

2. திருமணம்

திருமணத்திற்கு வரன் பார்த்தார்கள். ஒவ்வொரு முறையும் அலங்கரித்துக்கொண்டு போய் காபி, பலகாரம் கொடுக்க வேண்டி யிருந்தது. ஒருத்தனும் ஸ்டைலாக இல்லை. வந்த மூஞ்சிகளெல்லாம் பழமையான மூஞ்சிகள். நான் வேண்டாமென்று சொல்லிவிட்டேன். இதுபோன்ற மூஞ்சியைக் கட்டிக்கொண்டுதான் வாழ்க்கையைக் கழிக்க வேண்டும் என்பது நிர்ப்பந்தம்போல் என்மீது கவிந்திருப்பதாக உணர்ந்தேன். அரசாங்க வேலைபார்ப்பவர்கள் மூஞ்சிகள் எல்லாம் ஒரே மாதிரி அழுது வடியும் மூஞ்சிகளாக இருந்தன. பிரைவேட்டில் வேலைபார்ப்பவனின் வருமானத்தை நம்ப முடியாது என்று அப்பா சொன்னார். எனக்கும் அவர் சொல்வது சரிதான் என்று தோன்றியது.

அரசு வேலைபார்க்கும் ஒருவனைத் திருமணம் செய்துகொள்ளச் சொல்லி வற்புறுத்தினார்கள். அந்தப் பையன் வேலைபார்க்கும் துறையில் எக்ஸ்ட்ரா வருமானம் இருக்காது. சம்பளத்தை மட்டும் வைத்துக்கொண்டு எப்படி வாழ்வது என்ற எண்ணம் ஏற்பட்டது. பெரிய சம்பளம் வாங்கும் உயர் அதிகாரியாக மாப்பிள்ளை இருக்க வேண்டும். அப்படி என்றால் நான் அவருக்கு அடிமையாக இருக்க வேண்டும். அப்படிப்பட்ட மாப்பிள்ளை எதுவும் வரவில்லை. தவிர அப்படிப்பட்ட மாப்பிள்ளைக்கு அதிக அளவில் பணம் செலவு செய்ய வேண்டும் என்று அப்பா சொன்னார். திருமணத்திற்கு ஒரு பெண் இப்படிப் பல ரிஸ்க்

எடுக்க வேண்டியிருக்கிறது. பிடிக்கவில்லையென்றால் சுலபமாக வெளியே வர முடியாது. பெரிய துயரம். குழந்தைகள் பிறந்து விட்டால் இன்னும் சிரமம் குழந்தைகள் பிறக்காவிட்டால் அதற்கும் ஏசுவார்கள். இப்படி இருக்கிறது பெண்ணாய்ப் பிறந்தவள் நிலை.

கடைசியில் அரசுவேலை பார்க்கும் வசீகரமற்ற மூஞ்சி யுள்ள ஒருவரைப் பொருத்தமான மாப்பிள்ளை என்று வற்புறுத்தினார்கள். அரசு வேலை பாதுகாப்பானது என்றார்கள். பலரும் இப்படித்தான் விருப்பம் இல்லாமல் மாட்டிக் கொள்கிறார்கள். நானும் மாட்டிக்கொண்டேன். இந்த மூஞ்சி என் உடம்பைப் பார்க்கும்.

திருமணமும் நடந்தது. மாப்பிள்ளை பெயர் வேலவன். பெயராவது ஸ்டைலாக இருக்கும் என்று பார்த்தால் அதுவும் அவ்வாறு அமையவில்லை. நான் என்னுடைய குணத்தை விட்டுக்கொடுக்கக் கூடாது; என் விருப்பப்படிதான் இருக்க வேண்டும் என்று முடிவு செய்தேன். முதலிரவில் பால் செம்பு கொண்டுபோக வேண்டும் என்றார்கள். புருஷன் காலில் விழுந்து நமஸ்கரிக்க வேண்டும் என்றார்கள். அந்த நாடகத்தைச் செய்தேன். பெண் உடல் கிடைப்பதென்றால் அரிய விஷயம்தான். ஏதோ உப்புச்சப்பில்லாமல் பேசினார். பிறகு என உடைகளை உரிய ஆரம்பித்தார். நான் அவருக்கு ஒத்துழைத்தேன். அதற்குத்தானே மனைவி.

நான் குளியலறையில் குளித்துக்கொண்டிருந்தேன். புதிய இடம், புதிய மனிதர்கள். நீர் விழும்போது உடல் சிலிர்த்தது. முன்னர் அறிமுகமில்லாத ஆண் நேற்று முதல் என் கணவர். குளியலறைக்குள் நுழையும்போது கணவர் தூங்கிக்கொண்டிருந்தார். மாற்று ஆடைகளைக் குளியலறைக்குள் கொண்டுவந்திருந்தேன். குளியலறைக்கு வெளியே சென்று ஆடைகளை அணிந்துகொள்ளலாமா என்று தோன்றியது. ஆனால், அவர் விழித்திருந்தால் ஆடை மாற்றுவது அவருக்குக் கிளர்ச்சியை ஏற்படுத்திக் குழப்பமாகிவிடும். குளியலறைக்குள்ளேயே ஆடை மாற்றிக்கொண்டேன். தலைக்குக் குளித்திருப்பதால் தலையில் துண்டைச் சுற்றிக்கொண்டேன். குளியலறையிலிருந்து வெளியே வந்தேன். எனக்குப் பின்புறம் தெரிய அவர் படுத்திருந்தார். கண்ணாடி முன்னின்று கூந்தல் வகிட்டில் குங்குமம் வைத்துக் கொண்டேன். மனைவியின் அடையாளம். கணவரை எழுப்புவதா அல்லது அறையைத் திறந்து வெளியே செல்வதா என்று யோசித்தேன். கதவைத் திறந்து ஹாலுக்குச் சென்றால் மாமனார் மாமியாரைப் பார்க்கக் கூச்சமாக இருக்கும்

என்பதால் சகஜமாக இருப்பதுபோல் நடந்துகொள்ள வேண்டும் என்று நினைத்துக்கொண்டேன். கதவைத் திறந்தேன்.

மாமனார் சோபாவில் அமர்ந்து தினசரிப் பத்திரிகையைப் படித்துக்கொண்டிருந்தார். என்னைப் பார்த்தார். எனக்கு ஆரம்பத்திலிருந்து அவரைப் பிடிக்கவில்லை. அவருடைய பாவனைகளும் பேச்சு முறைகளும் பெண் பார்க்க வந்த நாளிலிருந்தே எரிச்சலூட்டியது. மாமியாரும் கணவரும் அப்பாவிபோலத் தெரிந்தார்கள். எல்லாம் முடிந்துவிட்டது. ஓர் அறையிலிருந்து என் பெரியம்மா மகள் செல்வி வந்தாள். அவள் எனக்குத் துணையாக வந்திருந்தாள். என்னைவிட மூத்தவள். திருமணமானவள். என்னைப் பார்த்துக் கண்ணடித்தாள்.

மாமியார் என்னைப் பார்த்து, “காபி குடிக்கிறியா” என்றாள். கொஞ்ச நேரம் போகட்டும் என்று சொல்லிவிட்டு பெரியம்மா மகள் செல்வி இருந்த அறைக்குள் அவளையும் இழுத்துக்கொண்டு சென்றேன். இரவு நடந்ததைப் பற்றி செல்வி கேட்டாள். “அவர் உடம்பு பூரா முடியா இருக்கு” என்றேன். “பழகிரும்” என்றாள்.

என்னுடைய கணவர் இன்னுமா தூங்கறார் என்று மாமா சத்தமாகச் சொல்வது எனக்குக் கேட்டது. “இந்த ஆள் இருக்கற எடத்துலே எப்படி வாழ்றதுன்னு தெரியலை. இவர் மனப்போக்குப்படி இல்லற ஜோதியா நான் நடத்துக்கணும்னு விரும்புவார்னு தெரியுது” என்று செல்வியிடம் சொன்னேன். “கொஞ்ச நாட்கள் போகட்டும். தனிக்குடித்தனத்துக்கு வழியைப் பாரு. நான் ஒரு மாசத்துக்குள்ளே தனிக்குடித்தனம் போயிட்டேன்” என்றாள் செல்வி.

“அதை எப்படிச் செய்யறதுன்னு பாக்கணும். அவரு அப்பாவி மாதிரி தெரியறாரு. கைக்குள்ளே போட்டுக்கணும். நான் சொல்றதைக் கேக்கற மாதிரி மாத்தணும்” என்றேன்.

“உடனேயேவா செய்ய முடியும். சூழ்நிலைகளை வைச்சு கொஞ்சம் கொஞ்சமா காரியம் செய்யணும். ஒரு வாரம் கழிச்சு மாமனாரோட லேசா ஒரு சண்டையை ஆரம்பிச்சுப் பாரு. அவரே போகச் சொல்லிவிடுவார்” என்றாள் செல்வி.

மாமனார் என்னை அழைப்பது கேட்டது. நான் சென்று அவர் முன் நின்றேன். “அவனை எழுப்பிவிடு” என்று மாமனார் சொன்னார். நான் அறைக்குள் நுழைந்தேன்.

3. தனி வழி

என் கணவர் நான் நினைத்ததற்கும் கீழான முட்டாளாக இருந்தார். எப்படியோ பரீட்சைக்குப் படித்துப் பாஸ் ஆகி அரசு வேலைக்கு வந்துவிட்டார். அறிவும் புத்திசாலித்தனமும் கீழான நிலையில் இருந்தன. புரிந்துகொள்ளும் சக்தியிலும் ஒரு விஷயத்தைச் சொல்லும் விதத்திலும் குறைபாடு உடையவராக இருந்தார். உடம்பெல்லாம் கருஞ்சுருள்களாக முடி இருப்பது கரடியைப் நினைவுக்குக் கொண்டுவருகிறது. வேறு வழியில்லை. கண்களை மூடிக்கொள்ளவேண்டியதுதான். அவர் கெட்டவர் இல்லை. சூழ்ச்சிகள் இல்லாதவர். என் பேச்சைக் கேட்கக்கூடியவராக இருந்தார். ஆனால் அவரிடம் ஜோக் அடித்துக் கலகலப்பாகப் பேச முடியவில்லை.

மாமியாருக்கு அடுக்களை முக்கியம். அது அவர் கட்டுப்பாட்டில் இருக்க வேண்டும். தன் கணவர் சொல்வதைக் கேட்டு நடப்பவர். சுயமாகச் சிந்திக்கத் தெரியாது. புடவை எடுத்தால்கூட இன்னொருவரிடம் கருத்துக் கேட்டுத்தான் எடுப்பார். அப்படி ஒரு அப்பாவி. என்னை உதிரி வேலைகள் செய்ய மட்டுமே அனுமதிப்பார்.

நான் குளித்துவிட்டு வரும்போது சென்ட் ஸ்பிரே அடித்துவிட்டு வருவேன். வாசனையாக இருக்கும். இப்படி வாசனையுடன் வருவது மாமனாருக்குப் பிடிக்கவில்லை.

"வீட்லே இருக்கறப்ப எதுக்கு இப்படி சென்ட் அடிக்கறே. மூச்சு முட்டுது" என்றார்.

"கசகசன்னு இருக்கு. வேர்க்குது. இப்படிப் போட்டு பழக்கமாயிருச்சு" என்றேன். ஆனால், பழக்கத்தை நிறுத்தவில்லை. 'நல்லா மூச்சு முட்டட்டும்' என்று நினைத்துக்கொள்வேன். வெளியே சென்று நின்று கொஞ்ச நேரங்கழித்து வருவார்.

எனக்கு அவர் வில்லனாகவே தெரிகிறார். என் மனதையும் நடவடிக்கைகளையும் கட்டுப்படுத்துகிறவர். அவருக்குப் பிடிக்குமா பிடிக்காதா என்று யோசித்துப் பார்த்துத்தான் ஒவ்வொன்றையும் செய்ய வேண்டும். மாமனாருக்குக் காபி கொடுக்கும் சந்தர்ப்பம் வந்தபோது, தற்செயலாக நடப்பதுபோல் காபியை அவர்மீது சிந்தினேன். மாமனாருக்குக் கோபம் வந்துவிட்டது. சிறு சண்டை ஏற்பட்டது. இந்த வீட்டில் இருப்பதை நான் விரும்பவில்லை என்பதை ஏற்கெனவே அவர் உணர்ந்திருந்தார். தனிக்குடித்தனம் போகுமாறு அவரே என்னிடம் சொல்லிவிட்டார்.

எனக்கு மனதிற்குள் மகிழ்ச்சி ஏற்பட்டது. அதை வெளிக்காட்டிக்கொள்ளாமல் அறைக்குள் சென்று, செல்விக்கு போனில் தகவல் சொன்னேன்.

அவளும் இவ்வளவு சீக்கிரம் நடந்துவிட்டதே என்று மகிழ்ச்சியடைந்தாள்.

கணவரிடமும் தந்திரமாகப் பேசி ஒப்புக்கொள்ள வைத்துவிட்டேன். வீடு பார்த்து தனிக்குடித்தனம் சென்று விட்டோம். பால் காய்ச்சும்போது மாமனாரும் மாமியாரும் வந்தார்கள். எனக்கும் கணவருக்கும் மாமனார் விபூதி பூசிவிட்டார். இருவருக்கும் தனித்தனியே ஆயிரம் ரூபாய் கொடுத்தார். அவர் ஓய்வுபெற்ற ஆசிரியர்.

4. சூர்யகுமார்

தனிக்குடித்தனம் ஜாலியாக இருந்தது. நினைத்த நேரத்தில் காலையில் எழ முடிந்தது. தேவையானதை சமைத்துச் சாப்பிட முடிந்தது. அறைக்குள் கணவருடன் மெதுவாகப் பேச வேண்டியதில்லை. சுதந்திரமானவளாக உணர்ந்தேன். இந்த வீட்டிற்கு நானே எஜமானி. என் இஷ்டப்படி நடந்து கொள்ள முடிந்தது. கடைகளுக்கெல்லாம் நானே செல்ல வேண்டியிருந்தது. கடைக்காரர்கள் என்னை உற்றுப் பார்ப்பதை அறிந்தேன். சங்கடமாக உணர்ந்தேன். கணவர் காலையில் அலுவலகம் செல்பவர் இரவில்தான் வருவார். மதிய உணவு காலையிலேயே கொடுத்துவிடுவேன்.

வீட்டு வாடகை, கரண்ட் செலவு, பலசரக்குச் செலவு, ஆகியவற்றிற்குக் கணவரின் சம்பளம் போதவில்லை. நான் வேலைக்குச் செல்ல வேண்டும் என்று முடிவு செய்தேன். காலையிலிருந்து இரவுவரை தனியே வீட்டில் இருப்பது பிடிக்கவில்லை. சோம்பேறித்தனம் வந்துவிடுகிறது என்றும், வேலைக்குச் சென்றால் இரண்டு வருமானத்தில் குடும்பம் நடத்தலாம் என்றும் கணவரிடம் பேசிச் சம்மதிக்கவைத்தேன்.

நான் படித்த டிகிரி படிப்பிற்கு எனக்கு ஒரு ஐ.டி. கம்பெனியில் அதிர்ஷ்டவசமாக வேலை கிடைத்தது. என்னுடைய பேச்சும் நடவடிக்கையும் அந்தக் கம்பெனிக்குப் பொருத்தமாக இருந்தது. விரைவிலேயே பாப்புலராகிவிட்டேன். அழகான

பையன்கள் வேலைபார்த்தார்கள். நானும் அழகானவள்தான். சூர்யகுமார் என்னை ரசித்துப் பார்க்கிறான் என்பதை நான் அறிவேன். அவன் பொறியியல் பட்டதாரி. என்னை அவனுக்குப் பிடித்துவிட்டது. சில தோற்றம், முகவெட்டு, சிலருக்குப் பிடிக்கும். அப்படி என் தோற்றம், முகவெட்டு அவனுக்குப் பிடித்திருக்கலாம். என்னையே பார்த்துக்கொண்டிருப்பது எனக்குத் தெரியும். நான் திடீரென்று திரும்பி அவனைப் பார்க்கும்போது அவன் திடுக்கிட்டுக் கண்களைத் திருப்பிக்கொள்வான். நான் அவன் பார்க்கும்படி சிரித்துக்கொள்வேன். இவ்வாறு நான் சிரித்துக்கொள்வது அவன் என்னைப் பார்ப்பதை நான் விரும்புவதற்கான சமிக்ஞை.

ஒருநாள் என் அருகில் வந்து சென்ட் வாசனையும் பூ வாசனையும் மூச்சிழுத்து உள்வாங்கினான். "என்ன வாசனை, மயக்கம் வருது" என்றான். "மயங்கி விழுந்துராதிங்க" என்றேன்.

இப்படித்தான் பழக்கம் ஏற்பட்டது. அடிக்கடி போனில் பேசிக்கொள்வோம். ஜோக் அடிப்பதில் கெட்டிக்காரன். சிரித்துக்கொண்டே இருக்கலாம். ஒருநாள் பக்கத்து ஊரில் உள்ள கோயிலுக்குச் சென்றோம். இருவரும் கைவிரல்களைக் கோர்த்துக்கொண்டோம். இவன் எனக்குக் கணவனாக வாய்த்திருந்தால் வாழ்க்கை மகிழ்ச்சியாகக் கழிந்திருக்கும் என்று எனக்குத் தோன்றியது. அவனுக்கு இன்னும் திருமணமாகவில்லை.

இன்னொரு நாள் அலுவலகத்திற்கு லீவு கொடுத்துவிட்டு இருவரும் காலையில் இன்னொரு பக்கத்து ஊரிலிருக்கும் கோயிலுக்குச் சென்றுவிட்டோம். கோயிலுக்குச் சென்று சாமி கும்பிட்டோம். ஹோட்டலில் அறை எடுத்தோம்.

நான் படுக்கையில் படுத்திருந்தேன். அவன் பாத்ரூம் சென்றிருந்தான். காமிரா ஏதும் அறையில் வைத்திருக்கிறார்களா என்று ஆராய்ந்தேன். ஒன்றும் இல்லை. இந்த அறைக்கு வரும் முன் சூர்யகுமார் கேட்டான்.

"நாம் ஹோட்டலில் அறை எடுத்துத் தங்குவோமா."

"எதற்கு."

"கொஞ்சம் ரெஸ்ட் எடுத்துக்கிட்டு ப்ரெஷ் ஆகிக்கலாம்."

"எத்தனை ரூம் போடுவே"

"ஒரு ரூம்தான்."

"ஒரு ரூம்லே எப்படி ரிலாக்ஸ் பண்றது. எங்கிட்டே நெருங்கணும்னு நெனைக்கிறியா." இருவரும் ஒருமையில் பேசப் பழகிவிட்டோம்.

அவன் பேசாமல் இருந்தான். "நான் இன்னொருத்தன் பொண்டாட்டி" என்றேன். அவன் இதற்கும் பேசாமல் இருந்தான்.

"நாம் என்ன திருமணம் செய்துகொள்ளவா முடியும். உனக்கு என் உடம்பு வேணும். அப்படித்தானே."

அவன் திடுக்கிட்டு என்னைப் பார்த்தான். "என்ன இப்படி ஓப்பனா பேசற" என்றான்.

"பின்னே என்ன ஒளிச்சு ஒளிச்சு வைச்சுக்கப் போறியா. சரி, ரூம் போடு. ஆனா ஒரு லிமிட்தான். அதுக்கு மேலே கிடையாது."

"அரை டம்ளரா, முக்கா டம்ளரா" என்றான்.

"அது சூழ்நிலையைப் பொறுத்து. முழு டம்ளர் கிடையாது."

"சரி, அது போதும்."

"இப்ப நான் ஒத்துக்கிட்டேன்னு பின்னாலே இதேபோலக் கூப்பிடக் கூடாது."

"சரி."

"என் மனநிலையைப் பொறுத்து. உன்னை எப்ப வேணும்னாலும் கைகழுவி விட்ருவேன். நீ என் மேலே உரிமை கேட்டா, நாறடிச்சுருவேன்."

"அதை எதுக்கு இப்ப பேசற? உன் விருப்பம் இல்லாம எதுவும் நடக்காது."

பாத்ரூமிலிருந்து வெளியே வந்தான். "நீ அழகு" என்றான்.

"இந்தா இந்த டயலாக் எல்லாம் வேணாம். நான் அழகுதான். வா" என்றேன். அவன் கட்டிலில் என்னருகே உட்கார்ந்தான். என்னை அணைத்துக்கொண்டான்.

பெரியம்மை

5. கணவர்

வீட்டுக்கு வந்துவிட்டேன். களைப்பாக இருந்தது. ஒரு லிமிட் வரைக்கும் அனுமதிக்க வேண்டும் என்றுதான் நினைத்திருந்தேன். ஆனால் லிமிட்டே இல்லாமல் ஆகிவிட்டது. தனி இடம். உடல் தொடர்பு ஏற்படும்போது அதன் போக்கில் செயல் இருக்குமே தவிர அதை ஒரு கட்டத்தில் நிறுத்த என்னால் இயலவில்லை. நன்றாகத்தா னிருந்தது. அவன் உடல் வனப்பும் அழகாக இருந்தது. என்னைவிட வயது குறைந்தவன்.

இரவுக்குச் சப்பாத்தி செய்தேன். கணவர் இன்னும் சற்று நேரத்தில் வந்துவிடுவார். தலைக்கு இல்லாமல் உடம்பைக் குளிப்பது போலக் கழுவிக்கொள்ள நினைத்தேன். கணவர் வருவதற்குள் பாத்ரூமிற்குள் சென்று வெளிவர வேண்டும். ஆடைகளை அவிழ்த்து உடம்பில் தண்ணீரை ஊற்றினேன். அப்படியே அவசரமாகக் குளித்துவிட்டேன். அதே ஆடைகளை அணிந்து கொண்டேன். புதிய ஆடைகளை அணிய வேண்டாம் என்று தோன்றியது.

கணவர் வருவதற்குள் பதற்றம் தணிந்து நார்மலாகிவிட்டேன். வாசலில் இருசக்கர வாகனத்தை நிறுத்தும் சத்தம் கேட்டது.

கதவைத் திறந்தேன். கணவர் வந்தார். அவர் கொண்டுவந்திருந்த பேக்கை வாங்கி மதிய உணவு கொண்டுசென்ற டிபன் கேரியரை எடுத்து மேஜையில் வைத்தேன். "என்ன டிபன்" என்று

கேட்டார். "சப்பாத்தி, குருமா" என்றேன். அறைக்குள் சென்று லுங்கி உடுத்திக்கொண்டு வந்தார். பாத்ரூமிற்குள் சென்றார். வெளியே வந்தார். டி.வி.யை ஆன் செய்தார். பாடல் காட்சிகளைப் பார்த்தார்.

"என்ன ஒரு மாதிரி இருக்கே" என்றார்.

"எப்பவும் போலத்தானே இருக்கேன்" என்றேன். நார்மலாக இருக்க வேண்டும் என்று நினைக்கிறபோது வித்தியாசமாக ஏதோ தெரியும் போலிருக்கிறது. டிபன் வைக்கச் சொன்னார். மேஜையில் எடுத்து வைத்தேன். சாப்பிட்டுக் கொண்டே டி.வி. பார்த்தார். நானும் அவர்கூட சேர்ந்து சாப்பிட்டேன்.

இருவரும் அறைக்குள் நுழைந்தோம். பனியனைக் கழட்டினார். உடம்பு பூரா கருஞ்சுருளாக முடி. மார்பு, கைகள் என்று எல்லா இடத்திலும் இருந்தது. லுங்கியைக் கழட்டினார் என்றால் பாதம் வரைக்கும் கருஞ்சுருள் முடி. லுங்கியையும் கழட்டினார். கரடியுடன் படுத்திருப்பது போன்ற உணர்வு. கண்களை மூடி மூடித் திறந்துகொண்டேன். இந்தக் கரடியிட மிருந்து விடுதலையடைவது பற்றிச் சிந்தனை ஏற்பட்டது.

6. தீபக்

அலுவலகத்தில் இருந்தபோது, சூர்யகுமார் அவ்வப்போது வந்து பேசி ஜோக் அடித்துக் கொண்டிருந்தான். ஒருநாள் "நாளைக்கு அந்தக் கோயிலுக்குப் போயி அதே இடத்துலே தங்கிட்டு வருவோமா" என்று கேட்டான்.

"என்னை என்னன்னு நெனைச்சு கூப்பிடறே. நீ கூப்பிட்டா வரணுமா. ஏதோ கோயிலுக்குப் போனோம். ஆசைப்பட்டோம். அத்தோட முடிச்சுக்கணும். இனி இந்தப் பேச்சை எடுத்தேன்னா மரியாதை கெட்டுப்போயிரும்" என்றேன்.

அவன் பயந்துபோய் சென்றுவிட்டான். பார்த்தால் சிரிப்பான். அருகில் வந்து பேசக்கூட அஞ்சினான் என்று தோன்றியது. சின்னப் பையன். என்னை எக்ஸென்ட்ரிக் என்று நினைத்திருப்பான்.

அலுவலகத்திற்கு மேலாளராக தீபக் வந்து சேர்ந்தான். வடநாட்டவன். சிகப்பு. அழகானவன். திருமணமாகவில்லை என்றார்கள். பணக்காரன் என்றார்கள். அவன் தகுதிக்கு இந்தக் கம்பெனி வேலை சிறியது என்றும் வெளிநாட்டு வேலைக்குச் சென்றுவிடுவான் என்றும் பேசிக்கொண்டார்கள். அவன் அலுவலகத்தின் உள்தோற்றத்தைச் சற்று மாற்றினான். வேலை பார்க்கும் முறையை மாற்றினான். சுறுசுறுப்பாக இருந்தான். என்னைக் கூப்பிட்டான்.

"உங்களிடமிருந்து நல்ல நறுமணம் வருகிறது. அது மற்றவர்களைப் பணியவைக்கக்கூடியது.

உங்கள் வேலைத்திறனும் சிரித்த முகமும் ஓர் அலுவலகத்திற்குத் தேவையானது” என்றான்.

ஆண்களுக்குச் சில பெண்களைப் பார்க்கும்போது அவர்கள் வசப்படக்கூடியவள் என்று உணர்வார்கள் என்று செல்வி சொல்லியிருக்கிறாள். என் நடை, உடை, பாவனை, தோற்றம், சிரிப்பு இவை ஒருவரை அவ்வாறு நினைக்கத் தூண்டுகிறதா என்று யோசித்தேன். நான் என் இயல்புப்படிதான் இருக்கிறேன்.

“நீங்கள் திருமணமானவரா” என்று கேட்டான்.

“ஆம்” என்றேன். தமிழும் ஆங்கிலமும் ஹிந்தியும் சரளமாகப் பேசுகிறான்.

“குழந்தைகள் இருக்கிறதா.”

“இல்லை.”

“கணவர் என்ன வேலைபார்க்கிறார்.”

சொன்னேன். “ஐ லைக் யூ” என்றான் தீபக். நான் யோசித்துக்கொண்டே என் இடத்திற்கு வந்தேன். என்னிடம் இவன் உரிமை எடுத்துப் பேச என்ன காரணம். நான் செல்வி சொன்ன மாதிரி இருக்கிறேனா. அல்லது சிலருக்கு, சிலரைப் பிடிக்கும். காரணம் சொல்லத் தெரியாது. நான் என்னை இன்னும் அழகுபடுத்திக்கொள்ள வேண்டும் என்று நினைத்தேன். புருவத்தைத் திருத்திக்கொள்ள வேண்டும், முடியை டிரிம் பண்ணிக்கொள்ள வேண்டும். பேசியல் செய்துகொள்ள வேண்டும். அவ்வாறே அன்று சாயந்திரமே அழகு நிலையத் திற்குச் சென்று அழகுபடுத்திக்கொண்டேன். கணவர் வந்தவுடனேயே என் தோற்ற மாறுதலைக் கண்டார். “ரொம்ப அழகாயிருக்கியே” என்றார் என் கணவர். இந்த அழகை அவர் அனுபவிக்கத்தானே நினைப்பார். நான் அந்த தீபக்குக்காக அல்லவா என் தோற்றத்தை அழகுபடுத்திக்கொள்கிறேன்.

அடுத்த நாள் அலுவலகத்திற்குச் சென்றேன். தீபக் கூப்பிட்டான். சென்றேன். ரோலிங் சேரில் அழகாகச் சாய்ந்து கொண்டே, “யூ லுக் ஸ்மார்ட்” என்றான். எனக்கு வெட்கமாக இருந்தது. என் இடத்திற்கு வரும்போது சூர்யகுமாரைத் தேடினேன். அவன் இல்லை. விசாரித்ததில் ராஜினாமா கடிதம் கொடுத்துவிட்டுச் சென்றுவிட்டதாகச் சொன்னார்கள். வேறு கம்பெனியில் வேலைக்குச் சேர்ந்துவிட்டதாகவும் சொன்னார்கள்.

தீபக், என்னையும் என் வேலையையும் பாராட்டிக் கொண்டிருந்தான். என் மனதில் சலனம் ஏற்பட்டது. தீபக் எனக்குக் கிடைத்தால், அதாவது என்னைத் திருமணம் செய்து

கொண்டால் வாழ்க்கை சுபிட்சமாக அமையும் என்று தோன்றியது. நான் திருமணமானவள். அறிவுக் குறைவான, உடம்பெல்லாம் முடியுள்ள கணவனுடன் வாழ்கிறேன். என் திருமணத்திற்கு முன்பே நான் சடங்கான இரண்டு மாதத்தில் அம்மா மஞ்சள் காமாலை வந்து இறந்துவிட்டார். தந்தை ரெயில்வேயில் வேலைபார்த்து ஓய்வு பெற்றுவிட்டார். தொழிற்சங்கவாதி. முற்போக்குக் கருத்துகள் உடையவர். தீபக், சமூக மதிப்பீடுகளை யெல்லாம் பொருட்படுத்தக்கூடியவனாக இல்லை. மேற்கத்தியச் சிந்தனைகளின் தாக்கம் உள்ளவன் என்று நான் அறிந்திருந்தேன்.

தீபக் என்னைக் காதலிக்க வேண்டும். திருமணம் செய்யும் முடிவில் இருக்க வேண்டும். அது உறுதியானால் நான் கணவரிட மிருந்து விவாகரத்து பெற்று இன்னொரு திருமணத்திற்குத் தயாராகிக்கொள்ளலாம். பொறுத்திருந்து பார்க்க வேண்டும். செல்வி வக்கீல் தொழில் செய்கிறாள். அவளைச் சந்தித்து இது சம்பந்தமாகப் பேச வேண்டும் என்று நினைத்தேன். வரும் விடுமுறை நாளில் அவளைச் சந்திக்க வருவதாகத் தெரிவித்தேன். அதற்குள் தீபக்கிடமிருந்து என்னைக் காதலிப்பதாக மெஸேஜ் வந்தது.

7. செல்வி

செல்வி தன்னுடைய அலுவலகத்திற்கு வரச் சொல்லியிருந்தாள். நான் சென்றேன். அலுவலகத்தில் ஒரு ஜூனியர் கம்ப்யூட்டரில் டைப் அடித்துக்கொண்டிருந்தாள்.

வழக்கமான பேச்சுகள் முடிந்தபின், நான் வந்த விஷயத்தைக் கூற ஆரம்பித்தேன்.

“என் ஆபீஸில் தீபக் மேலாளராக வந்தான். மேற்கத்தியச் சிந்தனை உள்ளவன். வடநாட்டுக்காரன். அழகானவன். திருமணமாகாதவன். என்னிடம் அவனுக்கு ஈர்ப்பு இருக்கிறது. சகஜமாகப் பேசிக்கொண்டிருந்தோம். ஒருநாள் என்னைக் காதலிப்பதாக மெஸேஜ் வந்தது. எனக்கு என்ன செய்றதுன்னு தெரியலை. நேரத்தையும் நாளையும் கடத்த வேண்டாம்ன்னு நினைத்தேன். அரைமணிநேரத்தில் நானும் பதிலுக்கு அவனைக் காதலிப்பதாக மெஸேஜ் அனுப்பினேன். நான் திருமணமானவள்னு அவனுக்குத் தெரியும். என் கணவர் கெட்டவர் இல்லை. ஆனால், அவர் மக்கு. அவருடன் இருக்கும்போது எனக்கு மகிழ்ச்சி ஏற்படுவதில்லை. உடம்பு பூரா கழுத்திலிருந்து பாதம்வரை கருஞ்சுருள் முடி இருக்கிறது, கரடியை நினைவுபடுத்தற மாதிரி. அவரிடமிருந்து விவாகரத்து வாங்கினாத்தான் தீபக்கைத் திருமணம் செய்ய முடியும். உன்னிடம் மட்டும்தான் இந்த விஷயத்தைச் சொல்றேன். அப்பா கிட்டே தீபக் விஷயத்தை இப்போதைக்குச் சொல்ல

வேண்டாம்னு நெனைக்கிறேன். முதல்லே கணவரைப் பிடிக்கலை, விவாகரத்து அவசியம் வாங்கணும்னு சொல்லலாம். அவர் முற்போக்குச் சிந்தனை உள்ளவர். புரிஞ்சுக்குவார். பின்னாலே தீபக் பத்தி சொல்லலாம். உன் கருத்தைச் சொல்லு."

"விவாகரத்து வாங்குறதுன்னா ரெண்டு பேரும் சேர்ந்து அப்ளை பண்ணினா சீக்கிரம் வாங்கலாம். நீ மனுப்போட்டு அவர் ஒத்துக்கலைன்னா இழுத்துக்கிட்டே போகும்."

"ஒரு தரப்பா மனுப்போடறதுன்னா என்னன்னு போடணும்."

உன் கேஸைப் பொறுத்தவரைக்கும் மனரீதியா கொடுமைப் படுத்தறார்னு விவாகரத்துக்கு மனு போடணும். அவர் இல்லைன்னு சொல்லுவார். பொம்பளை சொல்றதைத்தான் கோர்ட் நம்பும். ஆனா எதிர்த்து கன்டெஸ்ட் பண்ணினா ரொம்ப காலத்துக்கு இழுக்கும். அப்புறம் அப்பீலுக்கு மேலே அப்பீல் போறதுக்கு சட்டத்திலே வழி இருக்கு. அதனாலே அவரை சம்மதிக்கவைச்சு விவாகரத்து போடறதுதான் நல்லது. அவர் விருப்பப்படலைன்னா பயமுறுத்தலாம். பொதுவான ஒருத்தர் மூலமா இரு தரப்பும் சம்மதம்னு போடலாம்னு சொல்லிப் பாக்கலாம். ஒத்துவரலைன்னா ஒரு கம்ப்ளெயிண்ட் கொடுத்து பயமுறுத்தலாம். அல்லது அவருக்குப் பணம் கொடுத்து செட்டில் பண்ணலாம். நீ போய் உங்கப்பா வீட்லே இருந்துக்க. ஜெயந்தி சந்தோஷமா இல்லைன்னு சொல்றேன். கொஞ்ச நாளைக்கு உங்களோட இருக்கட்டும்னு சொல்லிவைக்கறேன். அவர்கூட வாழ ஜெயந்திக்கு விருப்பமில்லைன்னு சொல்றேன். நீ அந்த தீபக்கை நம்பி எல்லாம் பண்ணி அவன் உன்னை விட்டுட்டுப் போயிட்டான்னா என்ன செய்வே. எல்லாம் குழம்பிப்போயிரும்."

"குழம்பிப்போகாது. அவன் என்னைக் கைவிட மாட்டான். பாரு நான் எவ்வளவு நல்லா வசதியா வாழப்போறேன்னு. அமெரிக்காவிலே வாழ்வேண்டி. நானே ஒரு தொழில் நடத்தி பெரிய பர்சனாலிட்டியா மாறுவேன். பாருடி, பாக்கத்தானே போறே. முதல்லே நீ என் அப்பா கிட்டே பேசு. நான் அப்பா வீட்டுக்குப் போயிர்றேன். கொஞ்ச நாட்கள் கழிச்சி அவர்ட்டே சொல்வேன். அவரே என் கணவர் கிட்டே விவாகரத்து பத்தி பேசவும் செய்வார். ஆனா என் கணவர் இதை எதிர்பார்த்திருக்க மாட்டார். அதுக்காக நான் என் வாழ்க்கையைத் தியாகம் பண்ண முடியுமா."

"சரி. அப்படியே செய்வோம்" என்றாள் செல்வி.

8. அப்பா

நான் கணவரிடம் அப்பா வீட்டிற்குச் சென்று ஒரு வாரம் தங்கி வருவதாகச் சொன்னேன். அவர் ஒப்புக்கொண்டார். நான் அப்பா வீட்டிற்குச் சென்றேன். நான் சென்ற நேரம் நண்பர்களுடன் சீட்டு விளையாடிக்கொண்டிருந்தார். நான் வந்ததைப் பார்த்து சீட்டு விளையாட்டை முடித்துக்கொண்டு நண்பர்கள் சென்றுவிட்டார்கள்.

"என்னம்மா செல்வி சொல்லிச்சு. உனக்கு அவர் கூட வாழ விருப்பமில்லைன்னு. விருப்பமில்லைனா விருப்பமில்லைதான். வற்புறுத்தக் கூடாது என்பதுதான் என் சிந்தாந்தம். உன்னை அவர் கொடுமைப்படுத்தறாரா சொல்லு. நான் என்னன்னு போய்க் கேக்கறேன். அல்லது உனக்கு அவர் கூட இருக்கப் பிடிக்கலையா. நான் தப்பான மாப்பிள்ளையைப் பாத்துட்டேன்போல இருக்கு. அவருக்குத் தெரியுமா நீ விவகாரத்து கேக்கப் போறேன்னு."

"தெரியாது. நீங்கதான் சொல்லணும். எனக்கு அவர்கூட வாழ்றது அருவருப்பா இருக்கு. இதுக்கு மேலே கேக்காதிங்க. அவரையும் சேர்த்து இரண்டு பேரும் கையெழுத்துப் போட்டுக் கொடுத்தா விவாகரத்து வாங்கிறலாம்னு செல்வி சொல்றா."

"சரி, அதுக்குப் பிறகு என்ன செய்வே. எனக்கு வயசாகிட்டு வருது."

"அதை அப்பறமா யோசிப்போம். உங்க பொண்ணு கெட்டிக்காரி. வாழ்க்கையைப் பாழாக்கிற மாட்டா."

பெரியம்மை

அப்பா இரண்டு நாட்கள் கழித்து மாப்பிள்ளையை வீட்டில் சந்தித்துப் பேசுவதாகச் சொன்னார். அதன்படியே இரண்டு நாட்கள் கழித்து என் கணவரைப் பார்த்துவிட்டு வந்தார்.

"மாப்பிள்ளை இதை எதிர்பார்க்கலை. 'என்கூட வாழ்றதுக்குப் பிடிக்கலைன்னு எனக்குத் தெரியாது' நான் கையெழுத்துப் போட்டுத் தாறேன். எனக்கு ரெண்டு லட்ச ரூபாய் கடன் இருக்கு. அந்தத் தொகையை மட்டும் கொடுத்திருங்க. நீங்க எங்கே கையெழுத்துப் போடச் சொன்னாலும் போடறேன். எந்தக் கோர்ட்டுக்குக் கூப்பிட்டாலும் வாறேன்' அப்படின்னு சொல்லிட்டார். ரிட்டயர்மெண்ட் ஆனப்ப வந்த பணம் மீதி இருக்கு. அதுலே ரெண்டு லட்ச ரூபாய் கொடுத்துறலாம். வக்கீல் செல்வியா இருக்கறதுனாலே செலவு அதிகமாகாது."

"என்னோட பொருட்கள் எடுக்க வேண்டியிருக்கு. மாமனார் ஏதும் பிரச்சினை பண்ணுவாரா" என்றேன்.

"பொருட்களை எப்ப வேணாலும் வந்து எடுக்கலாம்னு மாப்பிள்ளை சொல்லிட்டார். நீ குறிச்சுக் கொடுத்தா நானே ஒரு வேனைக் கொண்டுபோய் எடுத்துட்டு வந்துர்றேன். சம்பந்தியை பிரச்சினை பண்ணாம பாத்துக்குறேன்னு மாப்பிள்ளை சொல்லியிருக்கார். அடுத்து ஆக வேண்டிய வேலையைப் பாப்போம். பிரிஞ்சாலும் சுமுகமா பிரியணும்" என்றார். என் முடிவிலே மாற்றம் வருமான்னு கேட்டார். நான் "வராது" என்றேன். "உறுதியாவா" என்று கேட்டார். "உறுதியாக" என்றேன்.

"என்ன அப்பா ஏதோ யோசிச்சுக்கிட்டே இருக்கீங்க" என்றேன்.

"சீட்டு விளையாடிக்கிட்டு இருந்தப்ப ஒருத்தன், டிராட்ஸ்கியை கொன்னானே, அவன் பேரு என்னன்னு கேட்டான். இன்னும் நினைவுக்கு வர மாட்டேங்குது. டிராட்ஸ்கி மெக்சிகோவில் ஒளிஞ்சிருந்தார். ரகசியப் படையைச் சேர்ந்த ஒருத்தன் மெக்சிகோ போய் அவர் ரூம்லே பனிக்கோடாலியாலே தலையிலே வெட்டி கொன்னுட்டான். அவன் பேரு நினைவுலே இல்லை. எங்க யூனியன் தலைவர்ட்டதான் கேக்கணும். அவருக்கும் நினைவு இருக்கான்னு தெரியலை" என்றார்.

"அப்பா உங்க உலகம் தனி உலகம்" என்றேன்.

அப்பா, "ஆமா, தனி உலகம்தான்" என்றார். எனக்குத் தீபக்கின் நினைவு வந்தது. 'அவனுடன் அமெரிக்கா சென்றுவிட வேண்டும்' என்று நினைத்துக்கொண்டேன். முதலில் திருமணம் நடக்க வேண்டும்.

9. சோபியா லாரென்

தீபக்கும் நானும் அவனுடைய அறையில் உட்கார்ந்திருந்தோம். தீபக் ஜெண்டில்மேன். தனியாக இருக்கிறோமே என்று அத்துமீறி நடந்து கொள்வதில்லை. கைகளைக் குலுக்குவான். விரும்பினால் கன்னத்தில் நாகரிகமாக முத்தமிடுவான்.

“உங்களை எனக்குப் பிடித்தது ஏன் என்று தெரியுமா” என்றான்.

“நீங்கள் என்னை ஒருமையிலேயே அழைக்கலாம்” என்றேன்.

“திருமணத்திற்குப் பிறகும் நான் உங்களை ஒருமையில் அழைக்கப்போவதில்லை. உங்களை ஏன் பிடித்தது என்பதற்கான பதிலை இன்னும் நான் சொல்லவில்லை. உங்களுக்கு சோபியா லாரென் தெரிந்திருக்கும்.”

“ஆம். ஹாலிவுட் நடிகை.”

“அவரின் சாயல் உங்களிடம் இருக்கிறது. இதை நீங்கள் நம்ப வேண்டும். உங்கள் தாடைகளும் கண்களும் மூக்கும் அவரை நினைவுபடுத்துகின்றன. அவர் ஆயிரத்துத் தொள்ளாயிரத்து முப்பத்து நான்கில் பிறந்தவர். இன்னும் உயிரோடு இருக்கிறார். நான் சொல்வது அந்த இளமைக்கால சோபியா. அவர் எனக்கு மிகவும் பிடித்தமான அழகான நடிகை.”

“என்ன நான் சோபியா லாரென் மாதிரி இருக்கிறேனா. உடனே அவர் நடித்த பழைய படங்களைப் பார்க்கணும்போல இருக்கு.”

“தவிர உங்கள் உதடுகளுக்கும் மூக்குக்கும் இடையே சிறிய மச்சம் உள்ளது. அது உங்கள்மீது என் ஆர்வத்தைத் தூண்டுகிறது.”

எனக்குக் கூச்சம் ஏற்பட்டது. சாதாரணமாகத்தான் பார்க்கிறான். ஆனால் என்னை உன்னிப்பாகக் கவனித்திருக்கிறான்.

“நீங்கள் இன்டெலிஜென்ட் என்று சொல்கிறார்கள். நானும் அப்படித்தான் நெனைக்கிறேன். என் அப்பா டிராட்ஸ்கியைக் கொன்னவர் பேர் தெரியாம கொஞ்ச நாட்களா குழம்பியிருக்கார்” என்றேன்.

“அவர் பெயர் ராமோன் மர்கடோர். ஐஸ் வெட்டும் கோடாலியால் டிராட்ஸ்கியின் தலையில் வெட்டினார். டிராட்ஸ்கி ஆஸ்பத்திரியில் அனுமதிக்கப்பட்டு பிறகுதான் இறந்தார்.”

எனக்கு ஆச்சரியமாக இருந்தது. இவனைத் திருமணம் செய்து இவனுக்கு பொருத்தமாக வாழ்வு நடத்த முடியுமா என்ற எண்ணம் ஏற்பட்டது. லைப்ரரியில் என்சைக்ளோபீடியா புத்தகத்தை எடுத்துப் படிக்க வேண்டும் என்று நினைத்துக் கொண்டேன்.

“உங்க விவாகரத்து கேஸ் எந்த நிலையில் இருக்கு.”

“ரெண்டுபேரும்சேர்ந்துகோர்ட்லே மனுக்கொடுத்திருக்கோம். சீக்கிரம் கிடைச்சிரும்.”

“விவாகரத்து ஆர்டர் கிடைச்ச பின்னாடி, திருமணம் பண்ணிக்குவோம். பிறகு யு.எஸ். விசாவிற்கு ஏற்பாடு பண்ணணும். முதல்லே நீங்க படிக்கறதுக்குன்னு விசா கேப்போம். இல்லாட்டி ரொம்ப நாள் இருக்க முடியாது. படிக்கவும் செய்யணும். அப்பறம் வேலை தேடிக்கலாம்.”

“நீங்க சொல்றபடி கேட்டுக்கறேன். எனக்கு வித்தியாசமான வாழ்க்கையைக் காட்டப்போறீங்க. எனக்கு வசதியா உயர்ந்த இடத்துலே இருக்கணும்னு சின்ன வயசிலேயிருந்து ஆசை.”

“நடக்கும். எல்லாம் நடக்கும். சந்தர்ப்ப சூழ்நிலைகள் நமக்குச் சாதகமாக அமையும் என்று நெனைக்கிறேன். உங்கள் அப்பாகிட்டே நம்ம திருமணம் சம்பந்தமாகப் பேசிட்டீங்களா. அவர் ஒத்துக்குவாரா.”

“நான் அதுக்குத்தான் சந்தர்ப்பத்தை எதிர்பார்த்திருக்கேன். அவர் தடை சொல்ல மாட்டார். நான் இன்னொரு திருமணம் பண்ணிக்கிறதுல அவருக்கு சந்தோஷம்தான் ஏற்படும். ஆனா யு.எஸ். போயிட்டா பாக்க முடியாதுன்னு வருத்தம் இருக்கும்.”

“அவரை அடிக்கடி யு.எஸ். கூப்பிட்டுக்குவோம்.”

"உங்களுக்கு யு.எஸ்.ஸிலே வேலைக்கு எப்ப ஆர்டர் வரும்."

"சரியான நேரத்துலே வரும். நீங்க எல்லாத்துக்கும் மனசைத் தயார் பண்ணிக்குங்க. அப்பாகிட்டே சொல்லியிருங்க."

இவனிடம் வெட்டி அரட்டை அடித்து ஜாலியாக இருக்க முடியுமா என்று கண்டறிய முடியவில்லை. அறிவாகப் பேச வேண்டும். நான் அழகி. சோபியா லாரென். அவர் நடித்த சினிமாப் படங்களைப் பார்த்தேன். அவரைப்போல உடல்மொழி களை அமைத்துக்கொள்ள முயற்சி செய்தேன். என்னுடைய உடல்மொழியும் சோபியாவின் உடல்மொழியும் கலந்த உடல்மொழி என்னுடையதாகிவிட்டது என்று நினைக்கிறேன்.

10. உரையாடல்

“அப்பா டிராட்ஸ்கியைக் கொன்னவர் பெயர் எனக்குத் தெரியும். அவர் பெயர் ராமோன் மர்கடோர்” என்றேன்.

“ஏதோ ராமன்னு பெயர் வருமேன்னு யோசித்தேன். உனக்கு எப்படித் தெரியும்.”

“எங்க ஆபீஸ் மேனேஜர் சொன்னார். அவர் பெயர் தீபக். வடநாட்டுக்காரர். கெட்டிக்காரர். அவர் என்னை விரும்பறார். அமெரிக்கா போறதுக்கு ஏற்பாடு பண்ணிக்கிட்டிருக்காரு. விவாகரத்து கேஸ் முடிஞ்சிருச்சுன்னா என்னைத் திருமணம் பண்ணிக்கிட்டு என்னையும் அமெரிக்காவுக்குக் கூட்டிட்டு போகணும்னு நெனைச்சிருக்காரு. நீங்க எங்க திருமணத்தை நடத்தி வைக்கணும்” நான் அவர் காலில் விழுந்து வணங்கினேன்.

“வடநாட்டுக்காரர்னு சொல்றே. அமெரிக்கான்னு சொல்றே. அவுங்க வடநாட்டு அப்பா, அம்மா இதுக்கு ஒதுக்குவாங்களா.”

“வெஸ்ட் பெங்காலைச் சேந்தவங்க. அவரு அப்பா தொழிலதிபர். அவரோட சித்தப்பா ரஞ்சன் தாஸ் சி.பி.எம்.லே முக்கியமான தலைவர்.”

“அப்பறம் எதுக்கு வடநாடுன்னு சொல்றே. வெஸ்ட் பெங்கால்னு ஆரம்பத்திலேயே சொல்ல வேண்டியதுதானே. மத்த வடநாட்டுக்காரங்க மனநிலைக்கும் பெங்கால்காரங்க மனநிலைக்கும் வித்தியாசம் இருக்கு. அவரு அப்பா தொழிலதிபர்னு

சொல்றே. உன்னோட திருமணம், விவாகரத்து இதெல்லாம் அவரு – பேரென்ன தீபக்கா – தீபக் சொல்லிட்டாரா. நமக்கு நெறைய செலவழிக்க முடியாதே."

"திருமணம் ரிஜிஸ்ட்ரார் ஆபீஸ்லே. எளிமையான சாப்பாடு. இங்கதான் நடக்குது. அவுங்க அப்பா, அம்மா, விமானத்துலே வந்துட்டுப் போயிருவாங்க. அந்த ஊர்லே ரிசப்சன் வைக்கிறாங்க. நான் மட்டும் போனாப் போதும். அப்புறம் திரும்ப இங்கே வந்து அவர் வீட்லே தங்கி, பிறகு அமெரிக்காவுக்குப் பயணம்."

"இவ்வளவும் திட்டம் போட்டாச்சா. நானும் ஒரு ஆளா கலந்துக்கணும். அவ்வளவுதானா. நீ சொல்ற பெரிய பிளானை நெனைச்சா, எனக்கு படபடப்பா வருது. செம்புலே தண்ணி கொண்டுவா."

நான் தண்ணீர் கொண்டுவந்து கொடுத்தேன். "நீங்க எங்கூட அமெரிக்காவிலே வந்து இருக்கலாம்."

"அங்கே வீட்டுக்குள்ளேயே இருக்கணும். கார்லேதான் வெளியே போகணும். நம்ம ஊரு மாதிரி வராது. எனக்கு சமைக்கத் தெரிஞ்சதுனாலே சாப்பாட்டுக்குச் சிக்கல் இல்லை. உடம்பு சரியில்லைன்னாதான் சிக்கல்."

"நான் சீக்கிரம் கிளம்பி வந்துருவேன். இங்கே செல்வி இருக்கா. பாத்துக்குவா. வாழ்க்கைலே நாம முன்னேற வேண்டாமா. வசதியா உசந்த எடத்துலே இருக்கணுங்கிறது என் ஆசை."

"உன் ஆசையை நிறைவேத்திட்டு நம்ம ஊருக்கு வந்துரு. இங்கே காரு பங்களா வாங்கி இரு."

"அப்படித்தான் நடக்கப்போகுது. பாருங்க. ஒவ்வொரு கட்டமா தாண்டிப் போவேன்."

"என்னம்மா நீ. ஒரே பிள்ளை இப்படி தொலைதூரத்துக்குப் போறேன்னு சொன்னா எனக்குக் கஷ்டமாயிருக்காதா."

"கவலைப்படாதீங்க. ஒவ்வொண்ணா நடக்கட்டும். நான் இங்கே தொழில் ஆரம்பிச்சு உங்க கூடவே இருப்பேன்."

"நீ நெனைக்கறபடி எல்லாம் நடக்கட்டும்."

11. மேனேஜிங் டைரக்டர்

நான் தற்போது Sharp Graphic Designers கம்பெனியின் மேனேஜிங் டைரக்டர். சுமார் 100 பேர் வேலை பார்க்கிறார்கள். தீபக் அமெரிக்காவில் இருக்கிறான். இந்தக் கம்பெனியின் மெயின் ஆபிஸ் லாஸ் ஏஞ்செல்ஸில் இருக்கிறது. தீபக் அதைக் கவனித்துக்கொண்டிருக்கிறான். அவன் இங்கு வருவான். நான் அங்கு செல்வேன். கிராபிக்ஸை சினிமா எடுத்துக்கொண்ட பிறகு நாங்கள் இந்தத் தொழிலுக்கு மாறினோம். இந்திய மொழிப் படங்களுக்கு கிராபிக்ஸ் வேலைகள் செய்து தருகிறோம். விளம்பரமும் செய்து தருகிறோம். பிஸியாகத் தொழில் நடக்கிறது.

எங்கள் திருமணம் எளிமையாக நடைபெற்றது. ரிஜிஸ்டர் ஆபீஸில் பதிவு. ஸ்டார் ஹோட்டலில் விருந்து. தீபக்கின் அம்மா, அப்பா, சில உறவினர்கள் வந்திருந்தார்கள். தீபக் என்னை ஜெயந்தி என்று கூப்பிடுவதில்லை. சோபியா லாரென் என்றுதான் கூப்பிடுகிறான். நானும் முடிந்த அளவு சோபியா லாரென்போல முடி வைத்துக்கொண்டு அவர் மாதிரி நடந்துகொள்கிறேன். கொஞ்சம் சாயல் இருந்தால்கூடப் போதும். தீபக் அதை விரும்புவான். மனசில் 'அவன்' என்றும் நேரில் 'அவர்' என்றும் தீபக்கை அழைத்துக்கொள்கிறேன்.

விசா கிடைத்து அமெரிக்கா சென்றதும் நான் கிராபிக்ஸ், அனிமேஷன் தொடர்பான தொழில்நுட்பங்களைப் படித்தேன். இப்போது

உபயோகப்படுகிறது. தீபக் ஏற்கெனவே படித்திருந்தான். பெரிய கார், பங்களா, பணியாட்கள் என்று வசதியாக இருக்கிறேன். பண நெருக்கடி அறவே இல்லை. அப்பா என்கூட இருக்கிறார். நண்பர்களுடன் சீட்டாடிக்கொண்டு, சித்தாந்தங்கள் பேசிக் கொண்டு பொழுதைக் கழிக்கிறார்.

கைலாஷ் கண்ணாடி வழியே என்னைப் பார்ப்பதைக் கண்டேன். என் அலுவலக அறையைச் சுற்றிக் கண்ணாடி உள்ளது. அதன் வழியாக நான் அவர்கள் வேலைபார்ப்பதைப் பார்க்கலாம். கைலாஷ் வேலை பார்த்துக்கொண்டிருக்கும்போது நான் அவனையே பார்த்துக்கொண்டிருப்பேன். அவன் உயரமானவன். உயரமான அழகான ஆண்களைப் பார்த்தால் மனம் சஞ்சலமாகிவிடுகிறது. நான் அவனை சைட் அடித்துக் கொண்டிருந்தேன்.

ஒரு கட்டத்தில் அவன் என்னை அடிக்கடி பார்ப்பதை அறிந்தேன். அவன் கபடமானவன் என்று எனக்குத் தோன்றியது. என்னுடைய விளையாட்டை நிறுத்திக்கொள்ள வேண்டும் என்றும் தோன்றியது. மேனேஜரைக் கூப்பிட்டேன். "கைலாஷின் வேலைகளை ரங்கராஜனிடம் ஒப்படைக்கச் சொல்லுங்கள். அவனை வேலை நீக்கம் செய்து உத்தரவு தயார்செய்து கொண்டு வாருங்கள்" என்றேன். மேனேஜர் யோசித்துக்கொண்டே சென்றார். கைலாஷ் திரும்பிக் கண்ணாடியினூடே என்னைப் பார்த்தான். எழுந்து என்னை நோக்கி வந்தான். மேனேஜர் அவனைத் தடுத்தார். நான் அவனை வரச்சொல்லி சைகை காட்டினேன். மேனேஜரும் சைகையைப் பார்த்தார். வாசல் கண்ணாடிக் கதவருகே நின்றான். நான் அவனை உள்ளே வரச் சொன்னேன். மேனேஜர் வெளியே நின்றுகொண்டார்.

அவன் என் மேஜையருகே வந்தான். நல்ல வளர்த்தி. "என்ன" என்றேன்.

"மேடத்தின் நேரடிக் கட்டுப்பாட்டில் இருக்கும் இந்தப் பிரிவிலிருந்து வேறு பிரிவிற்கு மாற்றிவிடுங்கள். வேலையை விட்டு நீக்கிவிடாதீர்கள்" என்றான்.

"இல்லை. என் முடிவில் மாற்றம் இல்லை. போகலாம்" என்றேன்.

மேனேஜரைக் கோபமாகப் பார்த்தேன். "இதோ உத்தரவு தயார் செய்து கொண்டுவருகிறேன்" என்று அறையினுள் நுழைந்து கூறினார்.

வேலை நீக்க உத்தரவில் கையொப்பமிட்டேன். வேலை பார்த்த நாட்களுக்குரிய ஊதியம், இதர பலன்களை இப்போதே

கொடுத்துவிடவேண்டும் என்று மேனேஜரிடம் சொன்னேன். மேனேஜர் தலையாட்டிக்கொண்டே பதற்றமாகச் சென்றார்.

நான் சுழல் நாற்காலியில் நன்றாகச் சாய்ந்து, தீபக் உட்காருவதுபோல் உட்கார்ந்தேன்.

அறைக்கண்ணாடிக்கு வெளியே பல இளைஞர்கள் வேலைபார்த்துக்கொண்டிருந்தார்கள். 'நான் யார் தெரியுமா. சோபியா லாரென். தீபக்கின் மனைவி' என்று மனதிற்குள் சொல்லிக்கொண்டேன்.

12. லாஸ் ஏஞ்செல்ஸ்

இடம்: லாஸ் ஏஞ்செல்ஸில் உள்ள *STEWART AND LYNDA RESNICK NEUROPSYCHIATRIC HOSPITAL.*

டாக்டர் பெஞ்சமினும் தீபக்கும் உரையாடிக் கொண்டிருந்தார்கள்.

"நான் என் மனைவியை சோபியா லாரெனுடன் ஒப்பிட்டு, அதனால் அவளைப் பிடிக்கிறது என்று சொன்னது சரியில்லை. அவ்வாறே அவளை அழைத்ததும் தவறு என்று உணர்கிறேன்" என்றான் தீபக்.

"அதில் தவறு இல்லை. நீங்கள் மிகவும் அதிக மாக அதில் ஈடுபாடு செலுத்தினீர்கள். அதுதான் பிரச்சினை. உங்கள் மனைவி நாளாவட்டத்தில் தன்னை சோபியா லாரென் என்று நினைத்துவிட்டார். இது *DELUSIONS OF GRANDEUR.* படுக்கை அறையிலும் உங்கள் மனைவியை சோபியா லாரென் என்றுதானே அழைப்பீர்கள்" என்றார் பெஞ்சமின்.

"நான் ஒரு பேண்டஸி இன்பத்திற்காக அவ்வாறு அழைத்தேன். என் மனைவியின் தாடை அமைப்பும், கண்கள், புருவ ஒப்பனையும் சோபியா லாரெனை நினைவுபடுத்தின."

"நீங்கள் சொல்வது சரிதான். சோபியா லாரெனின் சாயல் இருக்கிறது. இந்தப் பிரமைகளி லிருந்து அவரை விடுவிக்க முயற்சி செய்கிறேன். அவர் ஏன் நீளமான வெள்ளை உடையையும் மஞ்சள்

கலர் பைஜாமா சட்டை அல்லது ரோஸ்கலர் பைஜாமா சட்டை ஆகியவற்றை மட்டும் அணிகிறார்."

"நீங்கள் A COUNTESS FROM HONG KONG படத்தைப் பார்த்திருக்க வாய்ப்பில்லை. என் மனைவி அந்தப் படத்தை நூறு தடவைக்கு மேல் பார்த்திருப்பாள். மார்லன் பிராண்டாவும் சோபியா லாரெனும் ஜோடியாக நடித்த, சார்லி சாப்லின் இயக்கிய படம். அதில் சோபியா லாரென் நாடற்றவளாக, பாஸ்போர்ட் இல்லாதவளாக, மார்லன் பிராண்டோவின் அறையில் தஞ்சமடைந்திருப்பார். அவளை அவர் அறைக்குள் மறைத்து வைத்திருப்பார். எனவே அவள் அதிக ஆடைகள் உபயோகப்படுத்தவில்லை. பெரும்பாலான நேரங்களில் நீளமான வெள்ளை ஆடை அணிந்திருப்பாள். அந்த ஆடையின் பட்டி, பிரா பட்டி போல தோளில் இருக்கும். 'V' வடிவ இறக்கத்தில் பாதி மார்பு தெரியும். முதுகின் பெரும் பகுதி தெரியும். என் மனைவி, இந்த மாதிரி ஆடைதான் வேண்டும் என்று தையல்காரரை வற்புறுத்தி இந்த வெள்ளை ஆடைகளைத் தைத்து வாங்கினாள். அதைத்தான் அணிந்துகொள்கிறாள். படத்தில் இரண்டு இடங்களில் சோபியா லாரென் தோள்பட்டியை நழுவவிட்டுப் பின் மாட்டிக்கொள்வாள். அதேபோல என் மனைவியும் செய்ய ஆரம்பித்தாள். படத்தின் இறுதிக் காட்சியில் மார்பிலிருந்து தொடைவரை உள்ள வண்ண ஆடை அணிந்து கழுத்தில் மாலையுடன் சோபியா லாரென் வருவார். அதேமாதிரி ஒருநாள் என் மனைவி உடை அணிந்து படுக்கையறைக்கு வந்தபோது சந்தேகம் ஏற்பட்டு ஊர்ஜிதமாகித் தற்போது உங்களின் சிகிச்சையில் இருக்கிறாள். சோபியா லாரென் சம்பந்தமான பிரச்சினையிலிருந்து அவள் விடுபடவே விரும்புகிறேன். அவளை சோபியா லாரெனாக அல்லாமல் என் இந்திய மனைவியாக மாற்றி அவள்மீது நேசமாக இருப்பேன். அவளை நன்கு அறிந்தே நான் அவள்மீது காதல் கொண்டேன்."

"நாம் சோபியா லாரெனைப் பார்ப்போம்" என்று டாக்டர் பெஞ்சமின் எழுந்தார். இருவரும் அவள் இருந்த அறைக்குச் சென்றார்கள்.

அங்கு வெள்ளை நிற நீள ஆடையில் ஜெயந்தி இருந்தாள். தனியாக செஸ் ஆடிக்கொண்டிருந்தாள். அரை மார்புகள் தெரிந்தன. தீபக்கைப் பார்த்ததும் ஆடையின் இடது தோள் பட்டியை நழுவவிட்டு தீபக்கைப் பார்த்தாள். பிறகு சோபியா லாரென் போல ஆடையின் பட்டியைத் தோளில் மாட்டிக் கொண்டாள். "நான் சோபியா லாரென்" என்று கத்தினாள். நடனமாடும் எண்ணத்தோடு அவள் எழுந்தபோது தடுமாறிக் கீழே விழுந்தாள். மீண்டும், "நான் சோபியா லாரென்"

என்று கத்திக்கொண்டே மஞ்சள் பைஜாமா, சட்டையை எடுத்துக்கொண்டு வெள்ளை ஆடையைக் களைய முற்பட்டாள். டாக்டர் நர்ஸிடம் அவளைக் கட்டுப்படுத்தக் கூறினார்.

தீபக்கிற்கு அவளைப் பார்க்கப் பரிதாபமாக இருந்தது. "டாக்டர் அந்தச் சினிமாவில் சோபியா லாரென் தனியே செஸ் ஆடிக்கொண்டிருக்கும் காட்சி வரும். இவளும் அதேபோல தனியே செஸ் ஆடிக்கொண்டிருக்கிறாள். டாக்டர். . . இவளை குணப்படுத்திவிடலாமா."

"குணப்படுத்திவிடலாம்" என்று சொல்லி டாக்டர் விடைபெற்றுக்கொண்டார்.

*Sophia Loren with Marlon Brando in the film
'A countess from Honk Kong'*

Sophia Loren with director Charlie Chaplin

ராணிகள்

1. தளவாய்

மதுரையை ஆளும் சொக்கநாத நாயக்கரின் மனைவி ராணி மங்கம்மாளும் மாதங்கியும் தனித்து இருந்தார்கள்.

"திருமலை மகாராஜாவிற்கு இருநூறுக்கு மேற்பட்ட மனைவிகள் இருந்ததாகச் சொல்கிறார்கள். அவருக்கே அனைவரும் நினைவில் இருக்காது. பட்டத்து ராணி தெரிந்திருக்கும். பிரியத்திற்குரிய சிலரைத் தெரிந்திருக்கும். மனைவிகளைப் படுக்கையறைக்கு அழைப்பது மனைவிகளின் அதிர்ஷ்டத்தைப் பொறுத்தது. நான் மனைவியாக, அரசியாக இருக்கிறேன். தஞ்சாவூர் நாயக்க மன்னர் விஜயராகவனின் மகளைப் பெண் கேட்டு நமது மன்னர் அனுப்பிய தூதரை தஞ்சாவூர் நாயக்கர் அவமதித்து நமது மன்னரின் கோரிக்கையையும் மறுத்துவிட்டார். இப்போது இவர் போர் தொடுக்கப் போகிறார். போர் என்பது சாதாரணச் செயலா. படைக்கலன்கள், வீரர்களைத் திரட்ட வேண்டும். ஆயுதங்கள், உணவுகள் என்று பெருமளவு செலவாகும். வேறு ஏதாவது உபயோகமாகச் செய்யலாம். இவருக்கு ஏன் இந்த ஆசை" என்றாள் ராணி மங்கம்மாள்.

"மன்னர்களுக்கு எவ்வளவு மனைவி கிடைத்தாலும் போதாது. ஏதோ ராஜதந்திர நடவடிக்கை, தஞ்சாவூர் இளவரசியும் கிடைப்பாள் என்று நமது மன்னர் நினைத்திருப்பார். இப்போது தஞ்சை நாயக்கர் மறுத்ததால் கௌரவப் பிரச்சினையாகிவிட்டது" என்றாள் மாதங்கி.

“கிருஷ்ணருக்கு எட்டு அரசிகள் இருந்தார்கள். பல்லாயிரம் மனைவிகள் இருந்தார்கள். ஆண்களின் தாபம் அணையாதது. அதற்காகப் போர் மூலம் ஏராளமான விதவைகள் உருவாகப் போகிறார்கள்.”

“போருக்கான ஆயத்தங்கள் நடந்துகொண்டிருக்கின்றன. தஞ்சை நாயக்கரின் மனம் மாறும் என்று நமது மன்னர் நினைக்கிறார். மாறாது என்றே நான் நினைக்கிறேன்.”

“உன் தங்கைதானே ஒருகாலத்தில் கூட இருந்த சதிகாரர்களிடமிருந்து நமது மன்னரைக் காப்பாற்றியவள். மன்னரிடம் சொல்லியிருக்காவிட்டால் எதுவும் நடந்திருக்கலாம்.”

“மகாராணி, அந்தச் செய்தியை மன்னரிடம் சொன்னது என் தங்கை இல்லை. என் அக்கா லலிதாங்கி. என் அக்கா பயத்தில் ஆற்றில் விழுந்து இறந்தாள்.”

“மன்னர் எடுத்த நடவடிக்கையும் சரிதான். பிரதானி அந்தணர் என்பதால் கண்கள் குருடாக்கப்பட்டுக் கொல்லாமல் விடப்பட்டார். ராயஸம் கொல்லப்பட்டார். தளவாய் லிங்கம நாயக்கர் தப்பியோடி, முகம்மதியர் படைகளுடன் சேர்ந்து நமது மன்னருடன் போர் செய்து தோற்றுவிட்டார். தற்போது, செஞ்சியில் இருக்கிறார் என்கிறார்கள். அரசவை சூழ்ச்சி நிறைந்தது. மேலே இருப்பவர் கீழேயும் கீழே இருப்பவர் மேலேயும் வர முடியும். பக்கத்தில் இருப்பவர் எப்போது துரோகம் செய்து நம்மைக் கொல்லுவார் என்பது தெரியாது. உளவாளிகள் சொல்வதையும் நம்ப முடியாது. தன் விருப்பத்தை அவர்கள் உளவுச் செய்தியாகக் கூறுவார்கள்.”

பணிப்பெண் உள்ளே நுழைந்து மகாராணியைக் காணத் தளவாய் வந்திருப்பதாகக் கூறினாள். ராணி மங்கம்மாள், மாதங்கியைப் பார்த்தாள். மாதங்கி உள்ளறைக்குச் சென்றாள். தளவாய் வெங்கட கிருஷ்ணப்ப நாயக்கர் அறையினுள் நுழைந்தார். ராணி மங்கம்மாள் எழுந்து நின்றாள். இருவரும் அமர்ந்தார்கள்.

“உள்ளே யாரும் இருக்கிறார்களா. அரவம் கேட்கிறது.”

“தளவாயின் அறிவைப் போன்றே காதுகளும் கூர்மையானவை” என்று கூறி, “மாதங்கி” என்று அழைத்தாள் மங்கம்மாள். அவள் உள்ளறையிலிருந்து வெளியே வந்தாள். தளவாய் அவளைப் பார்த்தார். மாதங்கி வெளியேறினாள்.

“ராஜாங்க விஷயம் பேசும்போது பிறர் இருக்கக் கூடாது” என்றார் தளவாய்.

"மாதங்கி எப்போதும் என்னுடன் இருப்பவள். நான்தான் உள்ளறையில் இருக்கச் சொன்னேன்."

"அவ்வாறு நீங்கள் கூறியிருக்கக் கூடாது. அவள் மணமானவளா."

"அறிந்துகொண்டேன் தளவாய் அவர்களே. நீங்கள் கூறவந்த விஷயங்களைக் கூறலாம். அவள் மணமானவள்."

"தஞ்சை நாயக்கர் விஜயராகவன்மீது நமது மன்னரின் ஆணையின்படி என் தலைமையிலும் பேஷ்கார் சின்னத்தம்பி முதலியார் தலைமையிலும் போருக்குச் செல்கிறோம். நமது மன்னர் தஞ்சை நாயக்கரின் மகளைப் பெண் கேட்டுக் கொடுக்காததால், இந்தப் போர் அவசியமாகிறது. அவருக்கு நாம் எந்த வகையிலும் குறைந்தவர்கள் இல்லை. அவருடைய முன்னோர்களுக்கு விஜயநகர அரசர்களின் உறவுத் தொடர்பு இருந்ததால் தன்னை உயர்வாகக் கருதுகிறார். அடக்குவது அவசியம். நமது படைகளுடன் கன்னிவாடி சின்னக்காத்திர நாயக்கர் சேர்ந்துகொள்கிறார். வெற்றி நிச்சயம். தஞ்சை இளவரசியைக் கவர்ந்து வரப்போகிறோம்" என்றார் தளவாய்.

'தஞ்சை இளவரசி உயிரை மாய்த்துக்கொள்வாள்' என்று ராணி மங்கம்மாள் மனதிற்குள் நினைத்துக்கொண்டாள்.

"தஞ்சை இளவரசியைக் கவர்ந்து இங்கு கொண்டு வந்து, அவளை மணந்துகொள்வதைப் பெரிய விழாவாகக் கொண்டாட வேண்டும் என்று மன்னர் விரும்புகிறார். மகாராணிதான் அந்த ஏற்பாடுகளை முன்னின்று நடத்த வேண்டும் என்றும் விரும்புகிறார்."

"இளவரசியுடன் வரும்போது அரண்மனைக்குத் தகவல் கொடுங்கள். நான் முன்னின்று வரவேற்கிறேன். மணவிழாவைத் திட்டமிட்டு நாடே கொண்டாடுமாறு செய்யலாம். தான தருமங்கள் செய்யலாம். சாலைகள் உருவாக்கலாம். மரங்கள் நடலாம். சத்திரங்கள் உருவாக்கலாம். இவைதான் மக்கள் மனத்தில் நிலைத்திருக்கும்."

"சாலைகள், சத்திரங்களா ... நான் கொண்டாட்டங்களாக இருக்க வேண்டும் என்று விரும்புகிறேன்."

"அதையும் சேர்த்துத்தான் சொல்கிறேன். வெற்றியுடன் திரும்பி வாருங்கள்."

தளவாய் கதவைத் திறந்து வெளியேறினார். அவர் அறை யிலிருந்து வெளியே வரும்போது அவர் கண்ணில் படக் கூடாது

என்று அறைக்கு அடுத்த தாழ்வாரத்தில் பணிப்பெண்ணுடன் பேசிக்கொண்டிருந்த மாதங்கி, மீண்டும் ராணி இருந்த அறைக்குள் நுழைந்தாள்.

"மாதங்கி... தஞ்சை நாயக்கர் உடன்படிக்கைக்கு வந்து இளவரசியைக் கொடுத்தால்தான் அவளை அழைத்துவர முடியும். போரில் தஞ்சை நாயக்கர் தோற்றாலும் இளவரசியை அடைய முடியாது. பெண்களின் மனதை ஆண்கள் அறிய மாட்டார்கள்."

2. தஞ்சை இளவரசி

தஞ்சை ராணி மிகுந்த துக்கத்துடன் இருந்தாள். சற்று தள்ளிச் சின்ன ராணி இளவரசி அமர்ந்திருந்தாள். சுற்றி முக்கியமான அந்தப்புரத்துப் பெண்கள்.

“மன்னரின் பிடிவாதம் நாடறிந்தது. அந்தணரின் மகளிடம் தவறாக நடந்துகொண்ட எங்கள் மகனையே அவர் சிறையில் வைத்திருக்கிறார். மதுரை நாயக்கரின் உடன்படிக்கைக்கு ஒப்புக்கொண்டு இளவரசியைக் கொடுப்பதாகச் சொன்னால் என்ன குறைவு ஏற்பட்டுவிடும். மதுரை நாயக்கர் நம்மைவிடப் படை பலம் மிக்கவர். அவரின் துணைக்கு வரக்கூடிய ராஜாக்கள் இருக்கிறார்கள். நமது மன்னருக்கு ராஜதந்திரம் தெரியவில்லை” என்றாள் தஞ்சை ராணி.

சின்ன வயதுடைய இளவரசிக்கு என்ன கருத்துச் சொல்வதென்று தெரியவில்லை. ‘என்னுடைய அழகு நாட்டு மக்களுக்குத் தெரியும். இந்த விஷயம் எப்படியோ சொக்கநாத நாயக்கருக்குத் தெரிந்து என்னை அடையத் துடிக்கிறார். பிடிவாதக்காரரான தந்தை என் உயிரைப் பணயம் வைக்கிறார். நான் என்ன பாவம் செய்தேன். யாருக்குக் கெடுதல் பண்ணினேன். தஞ்சை மன்னருக்கு மகளாகப் பிறந்து இளவரசியாக இருப்பதுதான் பிரச்சினை. தந்தை போரில் தோற்று மதுரைப் படைகள் என்னைக் கவர்ந்து சென்றால் அது பெரிய அவமானம்’ என்றெல்லாம் யோசித்துக்கொண்டிருந்தாள்.

ஒரு பணிப்பெண் பதறிக்கொண்டே ஓடிவந்தாள். “மகாராணி, கோட்டைக்கு வெளியே நடந்த

போரில் நமது படை தோற்றுவிட்டது. மதுரைத் தளவாய் வெங்கட கிருஷ்ணப்ப நாயக்கர் திருமண உடன்படிக்கைக்கு ஒப்புக்கொள்ளுமாறு ஆள் அனுப்பியிருந்தார். நம் ராஜா அதை ஒப்புக்கொள்ளவில்லை. ராஜாவும் படைகளும் கோட்டைக்குள் வந்துவிட்டார்கள். மதுரைப் படைகள் கோட்டையை முற்றுகையிட்டு அழிக்கிறார்கள். இதுதான் தகவல்” என்றாள்.

ராணி, இளவரசி, அந்தப்புரப் பெண்கள் பயந்திருந்தார்கள். அழுகைக் குரல்கள் ஒலித்தன.

இன்னொரு பணிப்பெண் அறைக்குள் வேகமாக வந்தாள். மூச்சிரைத்தது. பதற்றத்தில் பேச முடியவில்லை. தண்ணீர் கொடுத்துத் தேற்றினார்கள். “கோட்டையைத் தகர்த்து எதிரிப் படைகள் உள்ளே நுழைந்துவிட்டார்கள். இன்னொரு முறை திருமண உடன்படிக்கைக்கு ஒப்புக்கொள்ளுமாறு தூதுவிட்டார்கள். நமது ராஜா அதையும் ஏற்றுக்கொள்ள வில்லை. நாம் தோற்றுக்கொண்டிருக்கிறோம். அழிவு நிச்சயமாகி விட்டது. ராஜாவோ சிறை வைக்கப்பட்டிருந்த மகனை விடுவித்து அவரையும் போரில் ஈடுபடுத்திக்கொண்டிருக்கிறார். அந்தப்புரத்தைச் சுற்றிக் காவலாளிகள் நிற்கிறார்கள். அந்தப்புரப் பெண்கள் யாரும் வெளியேறக் கூடாது என்று உத்தரவு. அந்தப்புரத்தைச் சுற்றி வெடிகள் வைத்துக்கொண்டிருக் கிறார்கள். குடங்குடமாக எண்ணெயும் நெருப்புப் பந்தங்களும் வைத்திருக்கிறார்கள். தோல்வியடைந்தவுடன் நாம் அனைவரும் உடல் சிதறி தீயில் வெந்து அழிந்துவிடுவோம். அந்தப்புரக் கதவுகள் அடைக்கப்பட்டுவிட்டன. நாம் வெளியேற முடியாது” என்று கூறிவிட்டு மயங்கி விழுந்தாள். அங்கிருந்த பெண்கள் வழி தேடி அங்கும் இங்கும் ஓடினார்கள். இளவரசியையும் ராணியையும் மிதித்துக்கொண்டும், இடித்துக்கொண்டும் சென்றார்கள். சற்றுநேரத்தில் இளவரசியும் ராணியும் வழி தேடி வாசலுக்கு ஓட முயன்றார்கள். பெண்கள் கூட்டத்தில் அவர்கள் இருவரும் கலந்தார்கள். ராணியென்றும் இளவரசியென்றும் யாரும் பார்க்கவில்லை. அனைவரும் ஒன்று. உயிருக்கு அஞ்சி ஓடும் ஜீவன்கள்.

ராணி கீழே விழுந்தாள். அவளை மிதித்துக்கொண்டு வாசலுக்கு ஓடிப் பெண்கள் கதவைத் தட்டினார்கள். ராணி மயக்கமடைந்தாள். யாரோ ஒரு பெண் காவலாளிகள் வெடிகளை இணைத்துக்கொண்டிருப்பதைக் கண்டதாகக் கூறினாள். இளவரசி கட்டிலின் அடியில் உடலைக் குறுக்கிப் பீதியில் உட்கார்ந்திருந்தாள். பணிப்பெண்ணிடம் “சாவு இவ்வளவு பயங்கரமாகவா வர வேண்டும்” என்றாள். கண்ணில் நீர் பெருகி

வழிந்துகொண்டிருந்தது. அதை ஒரு கிண்ணத்தில் பிடித்துத் தன்னருகே வைத்து மூடியால் மூடினாள்.

அந்தப்புரக் கட்டிடத்திற்கு வெளியே மரண ஓலங்கள் கேட்டன. ஒருபுறம் வெற்றி கோஷம், ஒருபுறம் ஓலங்களின் சத்தம். ஒரு வெடிச்சத்தம் எழுந்து தொடர் வெடிச்சத்தமாகத் தொடர்ந்தது. அந்தப்புரக் கட்டிடம் சரிந்து நொறுங்க ஆரம்பித்தது. எண்ணெயும் தீப்பந்தங்களும் இடிந்த அந்தப்புரக் கட்டிடங்களுக்குள் வீசப்பட்டன. லேசாக எரிந்த தீ பெரும் தீயாக மாறியது. வெற்றியடைந்தவர்கள் பெரும் நெருப்புக் கோளங்கள் காற்றில் சுழல்வதைக் கண்டு பின்வாங்கினார்கள்.

தீயில் மாட்டிக்கொண்ட பெண்களின் ஓலங்கள் வெற்றி யடைந்தவர்களின் மனதையும் நடுங்க வைத்தன. பெண்களின் கூச்சல். பாதி எரிந்த நிலையில் வந்த ஒரு பெண்ணின் தலையை ஒரு காவலாளி கொய்தான். அந்தக் காவலாளியைக் கொல்ல நினைத்த தளவாய், எண்ணத்தை மாற்றிக்கொண்டார். 'வெளியே வரும் பாதிப் பிணங்களைக் காப்பாற்றி என்ன செய்வது. இளவரசி எரிந்திருப்பாள்' என்றும் நினைத்தார்.

தீ எரிந்துகொண்டிருந்தது. எஞ்சியிருந்த காவலாளிகள் சரணடைந்தார்கள். அவர்களை மதுரை நாயக்கர் படை வீரர்கள் கொன்றார்கள். தஞ்சை நாயக்கர் விஜயராகவனும் சிறையிலிருந்து விடுவிக்கப்பட்டு தந்தைக்குத் துணை நின்ற மகன் மன்னார்தாசனும் போரில் மடிந்தார்கள்.

சொக்கநாத நாயக்கரின் ஆணைப்படி அவருக்குத் தம்பி முறையான அழகிரி நாயக்கர் ஆள்பவராக நியமிக்கப்பட்டார். பிணங்களை அப்புறப்படுத்தும் பணிகள் நடந்தன. பாதி வெந்த, உயிர் இழந்த பெண்கள் பிணக்குவியலின் அடிப்புறத்தில் இருந்தார்கள். ஒரு மூடிய கிண்ணத்துள் பாதரசத் துளிகள் போல இருந்த நீர்த்திவலைகளைப் பார்த்த வீரர்கள் நூதனத்தை உணர்ந்து, அதைத் தளவாயிடம் காண்பித்தார்கள். தளவாய் பார்த்தார். திரவத் துளிகள் பளபள என்று இருந்தன. "இந்தக் கிண்ணத்தை நமது அரண்மனைக்குக் கொண்டுவாருங்கள்" என்று தளவாய் உத்தரவிட்டார்.

பெரியம்மை

3. செங்கமல தாஸ்

நாகப்பட்டினம். அந்த வணிகத் தனவந்தரின் வீட்டுக்கு ஒருவர் வருகை தந்தார். வந்தவர் ராஜகளையுடன் உயரமாக, தாட்டியமாக இருந்தார். அவர் வணிகரிடம் பவ்யமாகப் பேசினார்.

"தஞ்சை மன்னர் அழகிரி நாயக்கரின் ராயஸமாகப் பணி செய்கிறேன். என் பெயர் வெங்கண்ணா. என்னால் உங்களுக்கு எந்தக் கெடுதியும் வராது என்று உறுதிமொழி தருகிறேன். தஞ்சை மன்னர் அழகிரி நாயக்கர், மதுரை மன்னருக்கு வரி செலுத்துவதில்லை. மந்திரிப் பிரதானிகளின் சொல்படி மீண்டும் பெரும் பொருட்செலவு வேண்டாம் என்று சொக்கநாத நாயக்கர் படையெடுப்பை நடத்தாமல் இருக்கிறார். அழகிரி நாயக்கர் தன்னிச்சையாகத் தன்னை மன்னராக அறிவித்துக்கொண்டார். அவருக்கு இந்தப் பதவி அதிர்ஷ்டவசமாகக் கிடைத்தது. தஞ்சை மன்னர் விஜயராகவ நாயக்கரின் குடும்பமும் அந்தப்புரமும் அடியோடு அழிந்தபோதிலும் அவரின் குடும்ப வழி வாரிசு உங்களிடம் வளர்கிறான் என்பதை அறிவேன். என் உளவாளிகள் மூலம் அதை அறிந்தேன். அழகிரி நாயக்கருக்கு இந்த அரசாட்சி உரியதுமில்லை. அவர் அந்தப் பதவிக்குப் பொருத்தமானவரும் இல்லை. உங்களிடம் வளர்ந்துவரும் அந்தச் சிறுவன் செங்கமல தாஸ்தான் அந்தப் பதவிக்கு உரியவன். நான் ஏதோ

சூழ்ச்சியாகப் பேசி அந்தச் சிறுவனை அபகரிக்கப் பார்க்கிறேன் என்று நினைக்க வேண்டாம். என்னை நம்புங்கள். நான் தீபம் ஏற்றிய கூடத்தை அணைத்துச் சத்தியம் செய்யத் தயாராக இருக்கிறேன்."

"அய்யா, நான் வணிகன். அரசாங்கச் சூழ்ச்சிகள் எனக்குத் தெரியாது. செங்கமல தாஸ் என்ற சிறுவனை எனக்குத் தெரியாது. நான் வணிகத்தைக் கவனித்துக்கொண்டிருக்கிறேன். உங்களுக்கு யாரோ தவறான தகவல் கொடுத்திருக்கிறார்கள்" என்றார் வணிகர்.

"என்னுடன் அந்தச் சிறுவனை அனுப்ப வேண்டாம். நான் சில ஏற்பாடுகள் செய்ய வேண்டியிருக்கிறது. பிஜப்பூர் சுல்தானின் உதவியை நான் பெற்று செங்கமல தாஸை மன்னராக்குவேன். நான் அவரின் அனுமதி பெற்றபின் அந்தச் சிறுவனை அழைத்துச் சென்று சுல்தானிடம் அறிமுகப்படுத்திக் காரியங்களை வெற்றிகரமாக முடிப்பேன். என்னை நம்புங்கள். நினைத்துப் பார்க்க முடியாத அந்தஸ்து உள்ளவராகவும் செல்வம் உடையவராகவும் அதிகாரம் உடையவராகவும் நீங்கள் மாறிவிடுவீர்கள்."

"நீங்கள் பெருமாள்மீது சத்தியம் செய்வீர்களா."

"செய்கிறேன்."

பெருமாளின் சிறு சிலையை எடுத்து வந்தார். வெங்கண்ணா, "நான் சொன்னதெல்லாம் உண்மை. அதற்காக நான் பாடுபடுவேன்" என்றார்.

"நாங்கள் விஜயராகவ நாயக்கர் வம்சத்துக்கு நன்றியுடையவர்கள். ஆலமரம் போல இருந்த வம்சத்தை அடியோடு அழித்துவிட்டார்கள். நீங்கள் வம்சத்தில் எஞ்சிய சிறுவனை மன்னராக்குவதாகச் சொன்னது மகிழ்ச்சியைத் தருகிறது. மீண்டும் விஜயராகவ நாயக்கரின் வம்சம் தழைக்க வேண்டும்" என்றார்.

"நான் வந்தது ரகசியமாக இருக்கட்டும். சுல்தானிடம் கூட்டிச் செல்வதற்குச் சில நாட்கள் முன்னால் நான் இங்கு வருகிறேன். பலத்த ஏற்பாடுகளுடன் ரகசியமாக இந்த வேலை நடைபெறும்."

சொன்னபடியே வெங்கண்ணா வந்தார். வணிகரையும் செங்கமல தாஸையும் அழைத்துக்கொண்டு பிஜப்பூர் சுல்தானைப் பார்க்கச் செல்ல வேண்டும் என்று கூறினார். வெங்கண்ணாவை அழைத்துக்கொண்டு சற்றுத் தொலைவில் இருந்த ஒரு கட்டிடத்திற்குள் சென்றார். செங்கமல தாஸுக்குப் பன்னிரண்டு வயது

இருக்கும். கூட செவிலித்தாய் இருந்தாள். தனக்குத் தகுதி இருந்தும் மரபுப்படியும் முறைப்படியும் இந்தச் சிறுவனுக்குத்தானே உரிமை இருக்கிறது என்று நினைத்தபோது வெங்கண்ணாவுக்குச் சிரமமாக இருந்தது. இவனை மன்னராக்கினால் தனது செல்வாக்கும் செல்வமும் அதிகாரமும் உயரும் என்பதை நினைக்க அவருக்கு மகிழ்ச்சியாக இருந்தது.

பிஜப்பூர் சுல்தான் அடில் ஷா, செங்கமல தாஸை மன்னராக்க ஒப்புக்கொண்டார். அதற்கான பிரதிபலன்களை வெங்கண்ணாவும் சுல்தானும் பேசி முடித்துக்கொண்டார்கள். செஞ்சியிலிருந்த படைத்தளபதிகளில் ஒருவரான ஏகோஜியைப் படையெடுத்துச் சென்று செங்கமல தாஸை மன்னராக்குமாறு சுல்தான் உத்தரவிட்டார். ஏகோஜி மராட்டிய மரபினன்.

அடில் ஷா என்ற இடல் கான் உத்தரவுப்படி, ஏகோஜி தஞ்சையை நோக்கிப் படையெடுத்தார். தன்னிடம் உதவி கேட்ட அழகிரி நாயக்கரின் கோரிக்கையைச் சொக்கநாத நாயக்கர் ஏற்கவில்லை. ஏகோஜி தஞ்சையை எளிதாகக் கைப்பற்றினார். அழகிரி நாயக்கர் மைசூருக்கு ஓடிவிட்டார். ஏகோஜிக்கும் இம்முயற்சியில் ஈடுபட்டவர்களுக்கும் பொன்னும் பொருளும் தாராளமாக வழங்கப்பட்டன. சில பகுதிகளில் வரி வாங்கிக்கொள்ளும் உரிமை ஏகோஜிக்கு வழங்கப்பட்டது.

செங்கமல தாஸ் சிறுவன் என்பதால் அவனுக்குச் சுயபுத்தி இல்லை. செவிலித்தாய் சொன்னதைக் கேட்டு, தன்னைப் பராமரித்த வணிகரைத் தளவாயாகவும் பிரதானியாகவும் நியமித்தான். வெங்கண்ணா இப்பதவிகளை விரும்பியிருந்தார். ஏமாற்றமடைந்தவர், ஏகோஜியிடம் சென்று, தஞ்சை மன்னர் பதவியிலிருந்து செங்கமல தாஸை அகற்றுமாறு கேட்டுக்கொண்டார். சுல்தான் சொல்லாத வேலையைச் செய்ய மனம் இல்லாதவராக ஏகோஜி இருந்தார். அந்நேரம் சுல்தான் இறந்து விடவே, ஏகோஜி, தானே தஞ்சை மன்னராகிவிடலாம் என்ற எண்ணத்தில், தஞ்சையை நோக்கிப் படையெடுத்தார். மன்னர் பதவியைக் கைவிட்டு செங்கமல தாஸும், அவர் குடும்பத்தினரும் அரியலூரில் தஞ்சம் புக, ஏகோஜி சுலபமாகத் தஞ்சையைக் கைப்பற்றி மன்னரானார். வெங்கண்ணாவிற்குச் சகல அதிகாரங்களும் வழங்கப்பட்டன. அவர் நாட்டில் அமைதியைக் கொண்டு வந்தார். வெங்கண்ணாவின் சூழ்ச்சித்திறன் ஏகோஜிக்கு சந்தேகத்தை ஏற்படுத்தியவாறு இருந்தது. அவரைச் சிறை யிலடைக்க எண்ணினார். வெங்கண்ணா இதையறிந்து எங்கோ ஓடிவிட்டார். தஞ்சை அரசாட்சி இப்படியாக மராட்டிய மரபினரின் கீழ் வந்தது.

4. சொக்கநாத நாயக்கர்

எங்கெங்கோ சுற்றி அந்தக் கிண்ணம் ராணி மங்கம்மாளிடம் வந்து சேர்ந்தது. மாதங்கியிடம் அந்தக் கிண்ணத்தைத் திறந்து பார்க்குமாறு கூறினாள். உள்ளே கனமான நீர்த்துளிகள் பளபளத்துக் கொண்டிருந்தன. அவற்றை மங்கம்மாளிடம் மாதங்கி காட்டினாள். "இதில் ஏதோ நூதனம் இருக்கிறது. ஏனென்றால் எரிந்த அந்தப்புரத்தில் இறந்த தஞ்சை இளவரசியின் அருகிலிருந்து இந்தக் கிண்ணம் எடுக்கப்பட்டது" என்று மாதங்கி கூறினாள்.

தஞ்சைப் போர் பெரும் பொருட்செலவையும் பெரும் எண்ணிக்கையில் போர்வீரர்களின் மரணத்தையும் உருவாக்கியிருந்ததால் மக்களிடம் அமைதியின்மை ஏற்பட்டது. சொக்கநாத நாயக்கர் போரில் வெற்றி பெற்றாலும் தகுதியற்ற விசுவாசமற்ற அழகிரி நாயக்கரை நியமித்ததால் தஞ்சையை இழந்திருந்தார். மீண்டும் பெரும் பொருட்செலவில் போர் தொடுப்பது இயலாததாக இருந்தது. வெளி அரசுகளிடமிருந்து தொடர்ந்து வந்த நெருக்கடியால் நாட்டின் பகுதிகளையும் செல்வத்தையும் இழந்திருந்தார்.

"இந்தக் கிண்ணம் நம்மிடம் இருப்பது நல்லதல்ல" என்றாள் மங்கம்மாள்.

"நான் இதை வெளியே எங்காவது போட்டு விடுகிறேன்" என்றாள் மாதங்கி.

"வேண்டாம். ஆற்றில் போட்டுவிடலாம். எங்காவது போய்ச் சேரட்டும்."

சொக்கநாத நாயக்கர் மிகுந்த மன அழுத்தத்தில் இருக்கிறார் என்பதை மங்கம்மாளும் அறிந்திருந்தாள்.

அடிக்கடி அவர் கோபப்பட்டார். சில பொருட்களைத் தரையில் எறிந்தார். பதற்றத்தில் இருந்தார். நினைவு மறதியும் அடிக்கடி ஏற்பட்டது. அவர் குழப்பத்தில் இருந்தார். மதுரையின் வடக்கு எல்லையில் இருந்த இரண்டு கோட்டைகளை மைசூர் கைப்பற்றிக்கொண்டது. மந்திரி பிரதானிகள் கூடி ஆலோசித்துச் சொக்கநாத நாயக்கர் மனநிலை பிறழ்ந்தவர் என்று அறிவித்து, அவரைப் பதவிநீக்கம் செய்து சிறையில் அடைத்தார்கள். அவருடைய தம்பி முத்து அழகாத்ரி என்ற முத்துலிங்க நாயக்கர் மன்னராக நியமிக்கப்பட்டார்.

மாதங்கி அந்தக் கிண்ணத்தை ஆற்றில் எறிந்துவிட்டதாக மங்கம்மாளிடம் கூறினாள். "நிலைமை ஒன்றும் சரியில்லை. மன்னர் சிறையிலிருக்கிறார். அவர் தம்பி மன்னராக ஆகியிருக்கிறார். நாமெல்லாம் அழியப்போகிறோம் என்ற நினைப்பு எனக்கு அடிக்கடி வருகிறது" என்றாள் மங்கம்மாள்.

முத்துலிங்க நாயக்கரின் ஆட்சி நாட்டின் சீர்கேட்டைச் சரிசெய்யவில்லை. மேலும் அதிகரிக்கச்செய்தது. திடீரென்று பெய்த மழையால் ஆற்றில் வெள்ளம் கரைதாண்டி ஓடியது. குடியிருப்புகள் அழிந்தன. வேளாண்மை அழிந்தது. குடிமக்கள் துன்பமடைந்தார்கள். அந்தக் கிண்ணம் எங்கோ போயிற்று.

முத்துலிங்க நாயக்கர் அரண்மனையை விட்டு வெளியே சென்றிருந்தபோது, குதிரைப்படைத் தலைவனாக இருந்த ருஸ்தாம் கான் அரண்மனையைத் தன்வசம் கொண்டுவந்து அரியணையைக் கைப்பற்றினான். தனது செயலை நியாயப்படுத்தவும் அதிகாரத்தைத் தக்கவைத்துக்கொள்ளவும் சிறையிலிருந்த சொக்கநாத நாயக்கரை விடுவித்துப் பெயரளவிற்கு மன்னராக்கி ஆட்சி செய்தான். அந்தப்புரப் பெண்களைத் தனதாக்கிக்கொண்டான். அரசியர் பாதுகாப்புக்காக வெளியிடங்களுக்குச் சென்றார்கள்.

தளவாய் கோவிந்தப்பையாவும் கிழவன் சேதுபதியும் சேர்ந்து கன்னிவாடி சின்னக்காத்திர நாயக்கர் மற்றும் சில பாளையக்காரர்களைத் திரட்டி, சொக்கநாத நாயக்கருக்கு விசுவாசமான படைவீரர்களையும் இணைத்துப் பெரும் படையை உருவாக்கி ருஸ்தாம் கானின் படையோடு மோதி அவனைக் கொன்றார்கள். சொக்கநாத நாயக்கர் சுதந்திரமானவரானார். மீண்டும் அரியணையில் அமர்ந்தார்.

மங்கம்மாள் மறைவிடத்திலிருந்து வெளியேறி அந்தப்புரம் வந்தாள். அவள் இளைத்திருந்தாள். "நான் இந்த அரியணையில் அமர்ந்து நாட்டை ஆளுவேன்" என்று மனத்தில் சபதம் எடுத்துக்கொண்டாள்.

5. பாதுஷாவின் செருப்பு

சொக்கநாத நாயக்கருக்குப் பல துன்பங்கள் ஏற்பட்டு மனக்குழப்பம் அதிகரித்தது. திடீரென்று ஒருநாள் மாரடைப்பு ஏற்பட்டு மரணமடைந் தார். மங்கம்மாள் விதவையானாள். அவளை உடன்கட்டை ஏற்ற மந்திரி பிரதானிகள் விரும்ப வில்லை. அதற்கு மங்கம்மாள் உடன்பட மாட்டாள் என்பதை அவர்கள் அறிவார்கள். யாரையும்விட எதையும்விட ராஜ்யம் பெரியது, ராஜ்யம் நிலைத்திருக்க வேண்டும், ராஜ்யம் நிலையாக இருக்க மங்கம்மாளின் இருப்பு அவசியம் என்ற நிலை இருந்தது. மங்கம்மாள் அணுகுவதற்கு அச்சத்தை ஏற்படுத்தக்கூடியவளாக இருந்தாள். அவளது உயரமும் திடமான வடிவமும் அழகும் மிடுக்கும் தோரணையும் மற்றவர்களைத் தூரத்தே இருக்கவைத்தன.

சொக்கநாத நாயக்கர் மங்கம்மாளின் மகன் அரங்க கிருஷ்ண முத்துவீரப்ப நாயக்கர் மன்னராகப் பதவி ஏற்றார். தந்தை சொக்கநாத நாயக்கர் காலத்தில் இழந்த நிலப்பகுதிகளை மீட்டார். காலச் சூழ்நிலையும் அவருக்குச் சாதகமாக இருந்தது. முத்தம்மாள் என்ற அழகியைத் திருமணம் செய்து கொண்டார். மற்ற மன்னர்களைப் போலவோ, முந்தைய நாயக்க மன்னர்களைப் போலவோ அரங்க கிருஷ்ண முத்துவீரப்ப நாயக்கர் பல திருமணங்கள் செய்துகொள்ளவில்லை. கணவரும் மனைவியும் ஒருவர் மீது ஒருவர் மிகுந்த அன்பு கொண்டிருந்தார்கள்.

மங்கம்மாளுக்குத் தன் மகன் பற்றிய பெருமை இருந்தது. இழந்த நிலப்பகுதியை மீட்டதும், அந்தப்புரக் கேளிக்கையின் மீது ஆர்வமின்றி இருப்பதும் அவளுக்கு மகிழ்ச்சியைத் தந்தது.

முகலாயப் பேரரசு தனது பிரதிநிதிகளிடமும் சிற்றரசர்களிடமும் திறை வசூலிக்க, செருப்பு ஒன்றை அலங்கரிக்கப்பட்ட யானை மீது ஏற்றி அனுப்புவதை வழக்கமாகக் கொண்டிருந்தது. காலாட்படையும் குதிரைப் படையும் உடன் செல்லும். நாட்டின் எல்லைக்குச் சென்றதும் மன்னருக்குத் தகவல் அனுப்பப்படும். மன்னர் அந்த ஒற்றைச் செருப்பை எதிர்கொண்டு அழைத்து, அரண்மனைக்கு எடுத்துச்சென்று மரியாதை செய்து, திறைத்தொகையைச் செலுத்துவது வழக்கம். இந்நிலையில் அந்த ஒற்றைச் செருப்பு மதுரை நாயக்கரை நோக்கிப் பயணப்பட்டது.

நடந்த நிகழ்ச்சியை நேரில் பார்த்த மங்கம்மாள் மகிழ்ச்சியாக இருந்தாள். தன் மகனின் தைரியம் அவளுக்கு ஆச்சரியமாக இருந்தது. 'செருப்பை வரவேற்று மரியாதை செலுத்துவது எவ்வளவு கீழ்த்தரமானது; அதை மறுத்த மகன் வீரன்' என்று நினைத்துக்கொண்டாள். மகிழ்ச்சியை உடனே மாதங்கியிடம் சொல்ல வேண்டுமென்று நினைத்து அவளை அழைத்துவரச் சொன்னாள்.

"அடியே மாதங்கி, இன்று ஓர் அற்புதமான நிகழ்ச்சி நடைபெற்றது. முகலாயப் பேரரசரின் செருப்பு ஊர்வலம் மதுரையை அடைந்தது. தலைநகர் மதுரையிலிருந்து திருச்சிராப்பள்ளிக்கு என் கணவர் காலத்திலேயே மாற்றப்பட்டிருந்ததை அறிந்தும் ஏன் மதுரைக்குச் சென்றார்கள் என்பது தெரியவில்லை. என் மகன், 'உடல்நிலை சரியில்லை, வர இயலாது' என்று சொல்லிவிட்டான். செருப்பு ஊர்வலம் திருச்சிராப்பள்ளிக்கு வந்துவிட்டது. அப்போதும் மன்னர் போகவில்லை. பாதுஷாவின் ஒற்றைச் செருப்பை மன்னரின் அரசவைக்கே முகலாய அதிகாரிகள் கொண்டுவந்துவிட்டார்கள். நான் மேல்மாடத்திலிருந்து இந்தக் காட்சியைப் பார்த்துக்கொண்டிருந்தேன். படபடப்பாக இருந்தது. என் மகன் அவர்களை வரவேற்கவில்லை. முகலாய அதிகாரிகள் பாதுஷாவின் ஒற்றைச் செருப்பை மன்னரின் முன் வைத்து மரியாதை செலுத்தச் சொல்லித் திறையையும் கேட்டார்கள். அவர்களைத் தாக்குமாறு என் மகன் படைவீரர்களுக்கு உத்தரவிட்டான். முகலாய அதிகாரிகள் இதை எதிர்பார்க்காது வாக்குவாதம் செய்தார்கள். அவர்களை நாட்டை விட்டு வெளியேறுமாறு என் மகன் உத்தரவிட்டான். கோட்டைக்கு வெளியே சென்றவர்கள் படைவீரர்களை வைத்துச் சண்டையிட முயல்வதாகத் தகவல்

கிடைத்ததும், நமது படைவீரர்களை அனுப்பி, அவர்களில் பெரும்பாலானவர்களைக் கொன்றுவிட்டான். எஞ்சியவர்கள் செருப்பை எடுத்துக்கொண்டு தப்பிச் சென்றுவிட்டார்கள். எப்பேர்ப்பட்ட வீரன் என் மகன்" என்று பெருமிதமாகச் சொன்னாள்.

"மகாராணி... பாதுஷாவிற்குத் தெரிந்து ஏதாவது பிரச்சினை வந்தால் என்ன செய்வது. அவர்கள் பெரும் படை கொண்டவர்கள். உதவிக்கு வர பல அரசர்கள் தயாராக இருப்பார்கள். ஏதும் ஆபத்து ஏற்படுமா."

"பாதுஷாவிற்கு அவரது எல்லைப் பகுதி சார்ந்து பல பிரச்சினைகள் உள்ளன. இந்தப் பகுதிக்கு வர வேண்டுமென்றால் பல நிலப்பரப்புகளைத் தாண்டி வர வேண்டும். பாதுஷாவிற்கே இப்படி ஓர் ஏற்பாடு உள்ளது என்பது தெரியாமல் இருப்பதற்கும் வாய்ப்பு உள்ளது. பஜனை கோஷ்டி ஊர் ஊராகச் சென்று வசூல் செய்வதுபோல்தான் இதுவும் இருக்கும் என்று நினைக்கிறேன். ஆபத்து வராது. நமக்குத் தஞ்சையும் செஞ்சியும் திருவாங்கூரும் ஆற்காடு நவாபும்தான் பிரச்சினை. ராஜ்யத்திற்குள் நடக்கும் உள்சூழ்ச்சியை உன்னிப்பாகக் கவனிப்பதும் முக்கியம்."

நிதானமும் வீரமும் பண்பும் உடைய அரங்க கிருஷ்ண முத்துவீரப்ப நாயக்கரின் ஏழாவது ஆண்டு ஆட்சியின்போது அவருக்குப் பெரியம்மை கண்டது. மனைவி முத்தம்மாள் கருவுற்றிருந்தாள். தொற்றுநோய் என்பதால் தூரத்திலிருந்தே முத்தம்மாளும் மங்கம்மாளும் பார்த்தார்கள். பெரியம்மை முற்றி மன்னர் இறந்தார்.

உடன்கட்டை ஏற வேண்டும் என்று முத்தம்மாள் ஆவேசமாக நடந்துகொண்டபோதும் அவள் வயிற்றில் சிசு இருப்பதால் மங்கம்மாள் அதைத் தடுத்துவிட்டாள். மன்னர் இல்லாத நிலை. ஆண் குழந்தை பிறந்த பிறகே மரபுப்படி மன்னர் கிடைப்பார். அதுவரை மன்னர் இல்லா ஆட்சி. கணவரின் மரணத்திற்குப் பின் முத்தம்மாளுக்கு அரண்மனையில் இருப்பது அச்சத்தைத் தந்துகொண்டிருந்தது. 'பெண் குழந்தை பிறந்தால் பெரும் குழப்பம் உருவாகும். யார் மன்னராவது என்பது பெரும் போட்டியில் முடியும். ஆண் குழந்தை பிறந்தால் சில மாதங்களிலேயே சடங்குகள் செய்து மனனராக்கிவிடுவார்கள். அவனுக்கு வயது வரும்வரை ஒருவர் மன்னராக இருக்கலாம். மங்கம்மாள் இருக்கும்போது வேறு யார் ஆட்சிக்கு வர முடியும். நான் தாயார். சிறுவயது மன்னருக்குப் பதிலாக ஆட்சி செய்ய எனக்கு மரபுப்படி உரிமை உள்ளது. அதனால் குழந்தை பிறந்தவுடன் என்னைக் கொல்ல ஏற்பாடு நடக்கலாம். என்னைச் சுலபமாகக்

கொன்றுவிடுவார்கள். மங்கம்மாளின் மனதில் இருப்பது வெளியே தெரியாது. அரியணையில் அமர்ந்து ஆட்சி செய்வது அவள் உள்மனதின் லட்சியம். மந்திரி, தளவாய், பிரதானிகளின் ஆதரவு அவளுக்கு உண்டு. நான் அரண்மனையில் உள்ள, அரசியாகும் உரிமையுள்ள, ஆனால் சாதாரணப் பெண்' என்றெல்லாம் அவள் யோசித்துக்கொண்டிருந்தாள். குழந்தை பிறக்கும்வரை தன்னைப் பாதுகாப்பார்கள். உயிருக்கு ஆபத்து இருக்காது. அதன்பிறகு நடப்பது தனக்குச் சாதகமாக இருக்காது என்று நினைத்துக்கொண்டாள்.

6. முத்தம்மாள்

இன்னும் சில நாட்களில் குழந்தை பிறந்து விடும் என்று மருத்துவச்சி சொல்லிவிட்டாள். முத்தம்மாளுக்கு இன்னதென்று விவரிக்க இயலாத பயம் ஏற்பட்டது. பணிப்பெண் சந்திராவைக் கூப்பிட்டாள். மூடி இறுக்கமாக உள்ள ஒரு கிண்ணம் வேண்டும் என்றாள் முத்தம்மாள். அவள் அறையிலிருந்து வெளியே சென்றாள்.

அன்று மாதங்கி கிண்ணத்தைக் கொண்டு செல்லும்போது, தற்செயலாக எதிரே வந்த முத்தம்மாள் அதைத் திறந்து காண்பிக்கச் சொன்னாள். உலராத கண்ணீர்த் துளி என்று தோன்றியது. கண்ணாடி போலப் பளபளத்தது. திடமாக இருந்தது. பிடித்தால் வழுக்கிச் செல்லும் போல் இருந்தது.

"இது என்ன. எங்கிருந்தது" என்று கேட்டாள் முத்தம்மாள்.

"இது தஞ்சை அந்தப்புரத்தில் கிடைத்து எங்கேயோ சுற்றி வந்தது. தஞ்சை இளவரசியின் கண்ணீர் என்று நினைக்கிறேன். இது வினோதமாக இருப்பதால் ஆற்றில் எறியச் சொல்லி மகாராணி உத்தரவு."

முத்தம்மாளுக்கு அந்நிகழ்வு நினைவிற்கு வந்தது. சந்திரா கிண்ணத்தைக் கொண்டுவந்து முத்தம்மாளிடம் கொடுத்தாள். முத்தம்மாள் அதை வாங்கிப் பத்திரமான இடத்தில் வைத்துக் கொண்டாள்.

"சந்திரா... நான் இறப்பது நிச்சயம். பெண் குழந்தை பிறந்தால் எல்லோரும் என்னைத் திட்டுவார்கள். சபிப்பார்கள். ஆண் குழந்தை பிறந்தால் அதிகாரப் போட்டி வருமோ என்ற கற்பனையில் என்னைச் சிதையில் ஏற்றிவிடுவார்கள். அல்லது கொலை செய்துவிடுவார்கள். எனக்குப் பயமாக இருக்கிறது. இந்தக் குழந்தை, என் கணவர் உயிருடன் இருக்கும்போதே பிறந்திருந்தால், நான் அவருடன் சந்தோஷமாக உடன்கட்டை ஏறியிருப்பேன்."

"நீங்கள் ஏதேதோ கற்பனை செய்துகொண்டிருக்கிறீர்கள். எல்லாம் சுபமாக நடக்கும்."

மருத்துவச்சி வந்து பரிசோதித்தாள். "குழந்தை வெளியே வரத் தவிக்கிறது. நாளையோ அல்லது நாளை மறுநாளோ குழந்தை பிறந்துவிடும்" என்றாள்.

"சில நாட்களாகும் என்று சொன்னீர்கள்."

"ஆம், அப்படித்தான் சொன்னேன். இப்போது நிலைமை மாறியிருக்கிறது. என்னை அரண்மனையிலேயே தங்கச்சொல்லி உத்தரவு."

மருத்துவச்சி அங்கே பன்னீர்ச் செம்பு வைக்கப்பட்டிருப்பதைப் பார்த்தாள். "தண்ணீர் என்று பன்னீரைக் குடித்து விடாதீர்கள், ராணி. ஜன்னி கண்டு ஆபத்து ஏற்பட்டுவிடும்" என்றாள்.

"நான் கவனமாக இருக்கிறேன். பிரச்சினை இல்லாமல் குழந்தை வெளிவந்துவிடுமா."

"நிச்சயமாக. ஆண் குழந்தை சுகமாகப் பிறக்கும். நாயக்கர் வம்சம் வாரிசை அடையும்."

அடுத்த நாளுக்கு அடுத்த நாள் முத்தம்மாளுக்குப் பிரசவ வலி கண்டது. மங்கம்மாள் உட்பட முக்கியமானவர்கள் கூடினார்கள். ஆண் குழந்தை. சுகப்பிரசவம். மகிழ்ச்சி ஆரவாரம் எழுந்தது. மங்கம்மாள் குழந்தையைக் கையில் வாங்கி ஆசீர்வதித்து மருத்துவச்சியிடம் கொடுத்தாள். நாயக்கர் வம்சம் ஆண் வாரிசு இல்லாமல் போய்விடுமோ என்ற கவலை அவளிடமிருந்து நீங்கியது. மகிழ்ச்சியாக இருந்தாள். தான தர்மங்கள், கொண்டாட்டங்கள் நாடெங்கும் நடைபெறவும் கலைவிழாக்கள் நடைபெறவும் மங்கம்மாள் உத்தரவிட்டாள். முக்கிய அதிகாரிகளும் ஆண் குழந்தை பிறந்ததில் மகிழ்ச்சி அடைந்தார்கள்.

ஒன்றிரண்டு நாட்கள் குழந்தையைப் பார்க்க முக்கிய மானவர்கள் வந்துசென்றார்கள். நிறையப் பேர் வந்து செல்வது

குழந்தைக்கு நல்லதல்ல, தொற்று ஏற்படும் என்று மருத்துவச்சி, மங்கம்மாளிடம் சொன்னாள். வருபவர்களை மங்கம்மாள் கட்டுப்படுத்தினாள்.

குழந்தை பெற்றதிலிருந்து முத்தம்மாளின் உடல் அடிக்கடி பயத்தில் நடுங்கியது. வயிற்றிலிருந்து குழந்தை வெளியேறியதால் வயிறு லேசாக ஆனதுபோல் உணர்ந்தாள். வயிற்றில் தெரிந்த தோற்சுருக்கங்களைப் பார்த்தாள்.

நாயக்கர் வம்சத்திற்கு வாரிசு கிடைத்துவிட்டது. முத்தம்மாளைப்பற்றி மங்கம்மாள் என்ன நினைத்திருக்கிறாள் என்று தெரியவில்லை. எல்லா அரசுகளைச் சுற்றியும் சூழ்ச்சிகள் புழங்கிக்கொண்டிருக்கின்றன. கண்டறிய முடியாத சூழ்ச்சிகள். சந்திராவை வரச்சொன்னாள். அவள் வந்த பிறகு, அவளிடம் அந்தக் கிண்ணத்தைக் கொடுத்து யாருக்கும் தெரியாமல் மங்கம்மாளின் இருப்பிடத்தில் வைத்துவிடுமாறு கூறினாள். பரம ரகசியம் என்றும் கூறினாள்.

நான்காம் நாள் முத்தம்மாளுக்கு ஜன்னி கண்டது. மருத்துவச்சி வந்து பார்த்து, ராணி பன்னீரைக் குடித்திருப்பதாகக் கூறினாள். அன்றே முத்தம்மாள் இறந்தாள்.

7. ராணி மங்கம்மாள்

முத்தம்மாள் இறந்ததால் குழந்தையை வளர்க்கும் பொறுப்பு தன்னை மட்டுமே சார்ந்ததாக மாறிவிட்டதும், தனக்கு இருந்த போட்டி இல்லாமல் போனதும் கடவுள் தனக்குத் தந்த பரிசுகள் என்று மங்கம்மாள் நினைத்தாள். 'இனி நாட்டில் மங்கம்மாள் அதிகாரம் கொடிகட்டிப் பறக்கும். என்னைப்போல இனி ஒருவர் இல்லை. தனித்துவமான அரசி என்று வருங்காலத்திலும் உலகம் என்னைப் போற்றுமாறு ஆட்சி செய்வேன்' என்று சபதம் எடுத்துக்கொண்டாள்.

குழந்தைக்கு விஜயரங்க சொக்கநாத நாயக்கர் என்று பெயர் சூட்டப்பட்டது. குழந்தைக்கு மூன்று மாதமாக இருக்கும்போதே பட்டங்கட்டப்பட்டது. பாட்டியான மங்கம்மாள் அக்குழந்தையின் சார்பாக ஆட்சி செய்ய வைதிகச் சடங்குகள் முக்கியமானவர்களின் முன்னிலையில் நடைபெற்றது. மங்கம்மாள் மதுரை நாட்டை ஆட்சிபுரியலானாள். மக்களும் மந்திரி பிரதானிகளும் ஏற்றுக்கொண்டார்கள். நாடும் நாட்டு மக்களும் இந்த நிகழ்வைக் கொண்டாடினார்கள்.

போரில் மங்கம்மாளுக்கு விருப்பமில்லை. போர் அழிவை உருவாக்கும் என்று நினைத்திருந்தாள். பலமான அரசுகளுக்கு அவ்வப்போது பரிசுகளும் பொன்னும் பொருட்களும் கொடுத்து, எதிரியாகக் கருதாத எண்ணத்தை உருவாக்க வேண்டும் என்றும் போருக்குச் செலவாகும் தொகையில் ஒரு

பங்கைப் பரிசாகக் கொடுத்தாலே போரைத் தவிர்த்துவிடலாம் என்றும் எண்ணம் கொண்டிருந்தாள். ஆனால் கப்பம் கட்டும் அரசுகள் பணம் தராமல் இருந்தாலோ நாட்டின் பகுதிகளைக் கைப்பற்றினாலோ வீரத்தைக் காண்பிக்க வேண்டும் என்பதில் உறுதியாக இருந்தாள். தளவாய் நரசப்பையா மங்கம்மாளின் எண்ணத்துக்குத் துணையாக இருந்தார்.

மங்கம்மாளும் தளவாய் நரசப்பையாவும் மேசையின் அந்தப் பக்கத்திலும் இந்தப் பக்கத்திலும் உட்கார்ந்திருந்தார்கள்.

"இராமநாதபுரம் அரசு நமக்குத் திறை செலுத்தும் அரசு. கிழவன் சேதுபதி இப்போது அரசைப் பலப்படுத்திக்கொண்டார். திறைப்பணம் வரவில்லை. சுதந்திரமான அரசாக மாற்றிவிட்டார். அவரிடம் பெரும்படை இருப்பதாக உளவுத் தகவல் கிடைத்திருக்கிறது. கிழவன் சேதுபதியுடன் போரிட்டு அவரை நமது கட்டுப்பாட்டிற்குள் கொண்டுவந்து திறை வசூலிக்க வேண்டும். இது தொடர்பாகத் தளவாயின் கருத்தைத் தெரிந்துகொள்ள விரும்புகிறேன்."

"ஆம். கிழவன் சேதுபதி முன்புபோல் இல்லை. மதுரையை அவர் கைப்பற்றியபோது, நான் படையெடுத்துச் சென்று துரத்தியபோது இருந்த நிலை இப்போது இல்லை. படைபலம் கூடியுள்ளது. தஞ்சை மன்னர் ஷாஜியின் படை உதவியுடன் நாம் கிழவன் சேதுபதியுடன் போர் செய்து அவரை அடக்கலாம்."

"அப்படியே செய்யலாம். அதற்கான ஏற்பாடுகளைச் செய்யுங்கள். வெற்றி நம் பக்கம் வரும்."

மங்கம்மாள் சமய வேற்றுமையின்றி அனைத்துச் சமயத்தாருக்கும் நல்லது செய்தாள். உய்யக்கொண்டான் கால்வாயைச் செப்பனிட்டாள். நல்ல சாலைகள் அமைத்து, ஓரங்களில் நிழல் தரும் மரங்களை உருவாக்கினாள். பள்ளவாசலுக்கும் தர்காவிற்கும் அன்னச்சத்திரத்திற்கும் நிலக்கொடை அளித்தாள். மதுரையில் கோடைகால அரண்மனை கட்டினாள். நாடெங்கும் பிரயாணிகள் தங்குவதற்குச் சத்திரங்கள் அமைக்கப்பட்டன. தண்ணீர்ப் பந்தல்கள் உருவாகின. மதுரையிலும் திருச்சிராப்பள்ளியிலும் பல கட்டிடங்களை அழகுறக் கட்டினார். மலைக்கோட்டையிலிருந்து இலுப்பூர் வழியாக மதுரை செல்லும் சாலையை உருவாக்கினார். முசிறி காவேரி ஆறு பரிசல் துறையில் வாய்க்கால் பாலம் கட்டினார். சாலையில் மரங்களை வைத்துத் தண்ணீர்ப் பந்தல்கள் அமைத்ததினால் அவளைப் போற்றித் தெம்மாங்குப் பாடல்கள் உருவாகின. 'மங்கம்மாள் சாலை, மலைமேலே சோலை' என்று பாடினார்கள்.

கிழவன் சேதுபதியுடன் போரிடும் காலம் வந்தது. தஞ்சை மன்னரின் உதவிப் படைகளுடன் தளவாய் நரசப்பையா தலைமையில் நாயக்கப் படைகளும் சேர்ந்து கிழவன் சேதுபதியுடன் போர் செய்தார்கள். போரில் எதிர்பாராத விதமாக நரசப்பையாவிற்குத் தோல்வி ஏற்பட்டது. போரில் அவர் கொல்லப்பட்டார். கிழவன் சேதுபதி சுதந்திரமான மன்னர் ஆனார்.

இவ்வளவு காலம் விசுவாசமாக இருந்து நாட்டையும் காப்பாற்றி, பலத்துடன் வைத்திருந்த நரசப்பையா போரில் கொல்லப்பட்ட செய்தி மங்கம்மாளுக்குத் துயரத்தையும் அதிர்ச்சியையும் தந்தது. புதிய தளவாயை மங்கம்மாள் நியமித்தாள். அவர் பெயர் அச்சையா.

8. பேரனும் பாட்டியும்

"பாட்டி இந்த நாட்டிற்கு நான்தானே மன்னர்" என்றான் பேரன் விஜயரங்க சொக்கநாத நாயக்கர்.

"நீதான் மன்னர். மூன்று மாதத்திலேயே உனக்குப் பட்டம் கட்டியாகிவிட்டது" என்றாள் மங்கம்மாள்.

"என் பெயரில்தானே நீங்கள் எனக்காக ஆட்சி செய்கிறீர்கள். எனக்கு இப்போது பதினேழு வயது நடக்கிறது. எனக்கு சுயமாக நாட்டை ஆளும் வயது வந்துவிட்டது. நீங்கள் விலகிக்கொள்ளுங்கள்."

"என்னது, நான் விலகிக்கொள்வதா. உனக்கு நாட்டை ஆளும் அனுபவம் போதாது. நாலாபக்கமும் எதிரிகள் காத்திருக்கிறார்கள். நீ அரண்மனையிலேயே இருந்தவன்."

"நீங்களும் அரண்மனை அந்தப்புரத்திலே இருந்தவர்தானே. ஆட்சிக்கு வந்தால் தானாகவே திறமை வந்துவிடும்."

"இன்னும் சில வருடங்கள் கழியட்டும். பிறகு அதுபற்றி யோசிக்கலாம்."

"உங்களுக்குப் பயந்துகொண்டுதான் என் அம்மா இறந்தாள். அதிகாரத்துக்குப் போட்டி என்று நீங்கள் என் அம்மாவை நினைத்தீர்கள். தண்ணீர் செம்புக்குப் பதிலாக பன்னீர் செம்பை நீங்கள்தான் ஆட்களை வைத்து மாற்றி வைத்தீர்கள்."

"அபாண்டமாகப் பேசாதே. அவளுக்கு உயிர் வாழ விருப்பமில்லை. தற்கொலை செய்துகொண்டாள்."

"அதுதான் ஏன் என்று கேட்கிறேன். நான் பிறந்து மூன்று நாட்கள்தான் ஆனது. அதற்குள் குழந்தையை விட்டுவிட்டு உயிர்விட எந்தத் தாய்க்கு மனம் வரும். இதில் ஏதோ சதியும் மர்மமும் இருக்கிறது."

"உன் மனதை யாரோ குழப்பியிருக்கிறார்கள். அரண்மனைக் குள்ளும் சூழ்ச்சி செய்பவர்கள் இருக்கிறார்கள். எனக்கு எதிரான சூழ்ச்சி."

"உங்களுக்கு எதிரான சூழ்ச்சி இல்லை. எனக்கு உரியதை நான் கேட்கிறேன். என் கண் முன்னால் ஆட்சி இருக்கிறது. ஆனால் அதை நான் அடைய முடியவில்லை."

"தளவாய் நரசப்பையா உயிரோடு இருந்திருந்தால் எனக்கு எதிராக சூழ்ச்சி உருவாகியிருக்காது."

"இப்போதுதான் உங்கள் பிரியத்திற்குரிய அச்சையா தளவாயாகப் பதவி ஏற்றிருக்கிறாரே. ஊரெல்லாம் அதைப் பற்றித்தான் பேசுகிறார்கள். அரியணையில் உங்களுக்கு வலது பக்கம் அச்சையா அமர்ந்திருக்கிறார்."

"யாரிடம் என்ன பேசுகிறாய். நான் மகாராணி. மரியாதைக் குறைவாகப் பேசுகிறாய். நீ பிறந்த நான்காவது நாளிலிருந்து நான் உன்னைக் கவனித்து வளர்த்தவள். உன் தந்தையின் தாய். நான் அரசியாக வராமல் இருந்தால் நாடே இருந்திருக்காது. பகைவர்கள் கைகளில் இருந்திருக்கும். அபாண்டமாகப் பேசாதே."

"உங்கள் வயதுக்கேற்ற மாதிரியா இருக்கிறீர்கள். உங்கள் ஆடைகளும் ஆபரணங்களும் தோரணைகளும் பார்வையும் விதவைபோலவா இருக்கிறது."

"வாயை மூடு. ஆட்சியை மாற்றிக்கொடுக்க முடியாது. நான் விரும்பும்போதுதான் அதைச் செய்ய முடியும். நீ வெளியே போ."

விஜயரங்க சொக்கநாத நாயக்கர் வெளியேறினார். மங்கம்மாளுக்குப் படபடப்பாக இருந்தது. 'முத்தம்மாள் இறந்த நான்காவது நாளிலிருந்து அவனை வளர்த்து வருகிறேன். என்னிடம் திமிராகப் பேசுகிறான். நான் ஆட்சியில் இருக்கும்வரைதான் எனக்குப் பாதுகாப்பு. ஆட்சியை மாற்றிக் கொடுத்தால் நான் மூலையில் உட்கார வேண்டியதுதான். என்னைக் கொலைகூடச் செய்துவிடுவார்கள்' என்று அவள் மனம் நினைத்தது. அறைக்குள் அங்கும் இங்குமாக நடந்தாள். ஏதோ அபாயம் அல்லது துயரம்

தன்னை நெருங்கிக்கொண்டிருப்பதாக அவள் உள்ளுணர்வு கூறியது.

'கூட இருப்பவர்களில் யாரை நம்புவது. உணவில்கூட விஷம் வைத்துவிடுவார்கள்.' அவள் உள்ளம் பயத்தில் தவித்தது. ஆபரணம் இருக்குமிடம், ஆயுதம் இருக்குமிடம், மற்ற மறைவிடங்களைச் சுற்றிப் பார்த்தாள். ஒரு மறைவிடத்தில் மூடப்பட்ட கிண்ணம் இருப்பதைப் பார்த்தாள்.

மாதங்கியை வரச்சொல்லிப் பணிப்பெண்ணிடம் சொன்னாள். மாதங்கி வந்தாள். அந்தக் கிண்ணத்தை எடுக்கச் சொன்னாள். திறக்கச் சொன்னாள். உள்ளே உருண்டை உருண்டையாக நீர்த்துளிகள் திடத்தன்மையுடன் பளபளப்புடன் அசைந்துகொண்டிருந்தன.

"மாதங்கி, இது என்ன வினோதமாக இருக்கிறது."

"பல வருடங்களுக்கு முன் தஞ்சை இளவரசி வைத்திருந்ததாக எடுத்துவந்த கிண்ணத்திலும் நீர்த்துளிகள் இதைப்போல்தான் இருந்தன. நீங்கள் ஆற்றில் போடச் சொன்னீர்கள். நான் போட்டேன். பிறகு வெள்ளம் வந்தது. பெரிய ராஜாவைப் பதவியிறக்கினார்கள்."

"ஒன்றுக்கொன்று தொடர்புபடுத்தாதே. இது என்ன. இந்தக் கிண்ணம் எப்படி இங்கு வந்தது. இதற்குள் இருப்பது என்ன."

"மகாராணி, அவை கண்ணீர்த் துளிகள். முன்பு பார்த்தது தஞ்சை இளவரசியின் கண்ணீர்த் துளிகள். இவை ராணி முத்தம்மாளின் கண்ணீர்த் துளிகள்."

இதைக் கூறும்போது மாதங்கியின் உடல் ஆடியது. மங்கம்மாள் பணிப்பெண்ணை அழைத்து, சின்னராணி முத்தம்மாளின் பணிப்பெண்ணாக இருந்த சந்திராவை அழைத்து வருமாறு கூறினாள்.

சந்திரா வந்தாள். "இந்தக் கிண்ணம் எப்படி இங்கு வந்தது. நீதான் ஏற்பாடு செய்து வைத்தாயா. அதற்குள் இருப்பது என்ன."

மங்கம்மாளின் காலில் சந்திரா விழுந்தாள். "மகாராணி, மன்னித்துக்கொள்ளுங்கள். சின்னராணிதான் கொடுத்தார்கள். அதற்குள் இருப்பவை சினனராணியின் கண்ணீர்த் துளிகள். எனக்கு வேறு ஒன்றும் தெரியாது. என்னைக் கொன்றுவிடாதீர்கள்."

காவலாளியை அழைத்தாள் மங்கம்மாள். சந்திராவைக் காட்டி, "இவளைச் சிறையில் அடையுங்கள். மகாராணியின் உத்தரவு" என்றாள். சந்திரா அலறினாள். காவலாளிகள்

பெரியம்மை 101

சந்திராவை இழுத்துக்கொண்டு சென்றார்கள். மாதங்கி நடுங்கிக் கொண்டிருந்தாள். மங்கம்மாள் இந்த அளவு கோபப்பட்டு மாதங்கி பார்த்ததில்லை.

"இந்த நீர்த்துளிகளைத் தீயினால் அழிக்க முடியாது என்று நினைக்கிறேன். கிண்ணத்தை ஆற்றில் போட்டுவிடு. வரும்போது இதேபோன்று மூடியுள்ள கிண்ணம் ஒன்றை எடுத்துவந்து என்னிடம் கொடு. நான் கண்ணீர் விடும் காலம் நெருங்கிவிட்டது."

"மகாராணி..." என்று கூறி மாதங்கி அழுதாள்.

"நான் சொன்னதைச் செய்" என்றாள் மங்கம்மாள்.

9. சிறை

காலையில் எழுந்து, குளித்துப் பூஜைகள் முடிந்ததும், மாதங்கி கொடுத்த கிண்ணத்தை வயிற்றில் கட்டிக்கொண்டாள். காவலாளியை அழைத்து நேற்று சிறையில் அடைத்த சந்திராவை விடுவிக்குமாறு கூறினாள் மங்கம்மாள். 'எதற்கும் தயாராக இருக்க வேண்டும். நடப்பதை அறிய வேண்டும். எதிர் சூழ்ச்சி செய்ய வேண்டும்' என்று நினைத்துக்கொண்டாள்.

பெரிய தளபதிகளில் ஒருவரான வீரய்யா நாயக்கர், படைவீரர்களுடனும் பணிப்பெண்களுடனும் வந்தார்.

"மகாராணியின் உத்தரவு இல்லாமல் அறைக்குள் ஏன் வந்தீர்கள்."

"மகாராஜாவின் கட்டளை. உங்களைக் கைது செய்து சிறையில் அடைக்க உத்தரவு."

"மகாராணியைக் கைது செய்வதா. யார் அந்த மகாராஜா."

"உங்கள் பேரன் ஆட்சியைக் கைப்பற்றி விட்டார். எங்களுக்கு இடப்பட்ட உத்தரவை நிறைவேற்ற வந்திருக்கிறோம். இல்லையென்றால் எங்கள் தலை போய்விடும்."

"மந்திரி, பிரதானிகள், தளவாய் அச்சையா எங்கே போனார்கள்."

"மகாராணி... தளவாய் அச்சையா கொல்லப் பட்டார். மற்றவர்கள் மகாராஜா பக்கம் இருக்கிறார்கள்."

"என்ன இது. அச்சையா கொல்லப்பட்டாரா. எல்லோரும் என் பேரன் பக்கம் நின்று என்னை ஒழிக்கப்போகிறார்களா."

மங்கம்மாள் அழுதாள். மனம் உடைந்து அழுதாள். மங்கம்மாளின் ஆதரவாளர் அச்சையா கொல்லப்பட்டார். அவள் வளர்த்த பேரன் நெஞ்சில் குத்துகிறான். சிறு குழந்தையாய் மடியில் விளையாடியவன். மங்கம்மாள் கதறி அழுதாள். மயங்கி விழுந்தாள்.

விழித்துப் பார்த்தாள். சிறையில் இருந்தாள். வெளியே காவலாளிகள் இருந்தார்கள். மகாராஜா வரப்போகிறார் என்று பேசிக்கொண்டார்கள். சற்று நேரத்தில் விஜயரங்க சொக்கநாத நாயக்கர், படை வீரர்கள், மந்திரி, பிரதானிகள் சூழ வந்தார்.

சிறைக்கம்பிகளுக்குப்பின் மங்கம்மாள் இருந்தாள். "யாரும் அசைக்க முடியாத மகாராணி என்று நினைத்தீர்கள். இப்போது சிறையில் இருக்கிறீர்கள். பதினேழு வருடங்களுக்கு முன் உங்களை நினைத்துப் பயந்தே என் அம்மா இறந்தாள். அதிலும் சதி இருக்கிறது என்ற சந்தேகம் ஏற்பட்டுள்ளது. எனக்கு நியாய மாகச் சேர வேண்டிய பதவியை நான் மற்றவர்கள் ஆதரவுடன் எடுத்துக்கொண்டேன். என் கை அருகில் அரியணை இருந்தும், என்னால் அதை அடைய முடியவில்லை. பதவி ஆசையும் ஒழுக்கக் குறைவும் உடைய உங்களின் கண் எதிரே உணவு இருக்கும். ஆனால் நீங்கள் அதை எடுக்க முடியாதவாறு தள்ளி வைக்கப்பட்டிருக்கும். நீங்கள் அதைப் பார்த்து ஏங்கியே பட்டினி கிடந்து சாகும் தண்டனையை விதித்திருக்கிறேன்."

"வேண்டாம் விஜயரங்கா ... என்னைக் கொன்றுவிடு. சித்திரவதை செய்ய வேண்டாம். என்னை நாடு கடத்திவிடு. இந்தப் பக்கமே வர மாட்டேன்."

"நாடு கடத்தினால், பின்னால் படையுடன் வந்து நாட்டைக் கைப்பற்ற நினைக்கும் தந்திர மூளையை உடையவர் நீங்கள். கிடைக்காத உணவைக் கண்டு ஏங்கிச் சாகும் தண்டனைதான் உங்களுக்குப் பொருத்தமானது. இதில் மாற்றமில்லை."

விஜயரங்க சொக்கநாத நாயக்கர் பரிவாரங்களுடன் சென்றுவிட்டார். மங்கம்மாள் கதறிக் கதறி அழுதாள். அவள் கம்பீரத்தை இழந்து கிழிந்த துணி போல தரையில் கிடந்ததைக் காவலாளிகள் பார்த்தார்கள். மகாராணியை இந்தக் கோலத்தில் காண்பது அவர்களுக்குத் துயரமாக இருந்தது.

கிருஷ்ணன் நாயக்கர் தனக்கு ஒதுக்கப்பட்டிருந்த வேலையை நினைத்து மனம் நடுங்கிக்கொண்டிருந்தார். அவர் அந்த அரண்மனையிலிருந்த சமையற்காரர்களில் ஒருவர். மணம்

பரப்பும் சுவையான உணவைத் தயார் செய்து அதை ராணி மங்கம்மாளின் கைக்கு எட்டாத தூரத்தில் வைக்க வேண்டும். அடுத்த நாள் புது உணவு தயார் செய்து அதை வைத்துவிட்டுப் பழைய உணவை எடுத்துச்சென்றுவிட வேண்டும். இதுதான் மகாராஜா இட்ட உத்தரவு.

இந்த விசித்திரமான தண்டனையைச் செயல்படுத்து வதற்குத் தன்னைத் தேர்வுசெய்தது தனக்கு அளிக்கப்பட்ட தண்டனை என்றே கிருஷ்ணன் நாயக்கர் நினைத்தார். ராணி மங்கம்மாளை இப்படி சித்திரவதைப்படுத்தும் வேலையை நினைக்கும்போதே அவருக்கு உள்ளம் நடுங்கியது.

கிருஷ்ணன் நாயக்கர் ருசியான மணக்கும் உணவைத் தயார் செய்தார். துணை ஆளின் உதவியுடன் அதை எடுத்துச் செல்லும்போது நடையில் தள்ளாட்டம் ஏற்பட்டது. 'இப்படி ஒரு விசித்திர தண்டனை மன்னரின் சிந்தனையில் எப்படி ஏற்பட்டது. ஏன் இப்படி மகாராணியை மன்னர் சித்திரவதை செய்கிறார்' என்று யோசித்துக்கொண்டே நடந்தார்.

மங்கம்மாளைப் பார்த்ததும் அவருக்கு நடுக்கம் ஏற்பட்டது. 'இவர்தான் ராணி மங்கம்மாளா. எத்தனை முறை அவர் முன் கைகட்டி, துண்டை இடுப்பில் கட்டி பவ்யமாக நின்றிருக்கிறேன். அந்தக் கம்பீரமும் அழகும் தாட்டியமும் எங்கு போனது.' கிருஷ்ணன் நாயக்கர் கண்களை மூடிக்கொண்டார். மங்கம்மாளின் கைக்கு எட்டாத தூரத்தில் உணவுத்தட்டை வைத்தார். மங்கம்மாள் வெறித்துப் பார்ப்பதைக் கண்டார்.

அடுத்த நாள், அதற்கடுத்த நாள் தன் கடமையை மனப்பாரத்தோடு கிருஷ்ணன் நாயக்கர் செய்தார். மங்கம்மாள் உடல் மெலிந்து பசியில் பைத்தியம்போலத் தலைமுடியைக் கலைத்துப்போட்டு, சோர்வுற்றுப் படுத்திருந்தாள். கிருஷ்ணன் நாயக்கர் வழக்கம்போல் வந்து உணவை வைத்தார்.

மங்கம்மாள் துவண்டு படுத்திருந்தாள். "நீங்கள் கிருஷ்ணன் நாயக்கர்தானே. என் கைக்கு எட்டும் தூரத்தில் கொஞ்சம் தள்ளித் தட்டை வைக்கக் கூடாதா" என்று கஷ்டப்பட்டு எழுந்து உட்கார்ந்து சொன்னாள். உத்தரவு மாதிரியும் கெஞ்சுவது மாதிரியும் குரல் கேட்டது.

"என்னை மன்னித்துக்கொள்ளுங்கள் மகாராணி. இது மன்னர் உத்தரவு. என்னால் மீற முடியாது. நான் மட்டுமல்ல, என் குடும்பமே அழிந்துவிடும்."

"கிருஷ்ணன் நாயக்கர், சற்று அருகில் வாருங்கள். இந்தக் கிண்ணத்தை மாதங்கியிடம் கொடுத்துவிடுங்கள்" என்று வயிற்றில்

கட்டியிருந்த கிண்ணத்தை எடுத்து கிருஷ்ணன் நாயக்கரிடம் கொடுத்தாள். அவர் தயக்கத்துடன் வாங்கிக்கொண்டார். காவலாளிகள் சற்றுத் தள்ளி நின்று பேசிக்கொண்டிருந்த நேரம் அது. வேட்டியின் வயிற்றுப் பகுதியில் கிண்ணத்தை வைத்துக் கொண்டார். இன்னும் இரண்டு நாளில் ராணியின் உயிர் போய்விடும் என்று அவர் நினைத்தார். அரண்மனையில் எது வேண்டுமானாலும் எப்போதும் நடக்கலாம்.

மங்கம்மாள் கொடுத்ததை வைத்திருக்க வேண்டாம் என்று நினைத்த கிருஷ்ணன் நாயக்கர், மாதங்கியைப் பார்த்துக் கிண்ணத்தைக் கொடுத்தார். ராணி மங்கம்மாள் அவளிடம் கொடுக்கச் சொன்னதாகக் கூறினார். ராஜ ரகசியம் என்றும் தன்னை மாட்டிவிடக் கூடாது என்றும் கூறினார். மாதங்கி ஊகித்தாள். இந்தக் கிண்ணத்தை விஜயரங்க சொக்கநாதர் அறையில் வைக்க வேண்டும் என்பது ராணி தனக்கு இட்ட கட்டளை என்று நினைத்துக்கொண்டாள்.

கிருஷ்ணன் நாயக்கரிடம் ராணி மங்கம்மாளைப் பற்றி விசாரித்தாள். அவருக்குக் கண்ணீர் வந்தது. பேச முடிய வில்லை. இரண்டு விரல்களைக் காட்டினார். திக்கித் திணறி "இன்னும் இரண்டு நாட்கள் தாங்கும்" என்றார். அன்னம், தண்ணீர் இல்லாமல் ராணி என்ன பாடுபடுவார் என்று நினைத்து மாதங்கி கலங்கினாள்.

அன்று இரவு மாதங்கிக்கு ஒரு கனவு வந்தது. ராணி மங்கம்மாள் பழைய தோரணையுடன், கம்பீரத்துடன் அரியாசனத்தில் உட்கார்ந்திருக்கிறாள். அவளின் முன்னே விஜயரங்க சொக்கநாத நாயக்கர் கால்கள், கைகள் கட்டப்பட்டுக் கீழே தரையில் கிடக்கிறார். தூக்கத்திலிருந்து மாதங்கி விழித்துக் கொண்டாள். 'இப்படியும் நடக்குமா, ராஜாங்கத்தில் எதுவும் நடக்கலாம்' என்று நினைத்தாள். அவளுக்கு ராணி இட்ட உத்தரவு இருந்தது. கிண்ணத்தை மன்னர் அறையில் மறைவிடத்தில் வைக்க வேண்டும்.

அடுத்த இரண்டாவது நாளில் பட்டினியால் சுருண்டு கிடந்த மங்கம்மாள் இறந்துவிட்டாள்.

10. மீனாட்சி

விஜயரங்க சொக்கநாத நாயக்கர் ஆட்சியில் நாட்டு மக்களின் மீது பலவிதமான வரிகள் விதிக்கப்பட்டுப் பலவந்தமாக வசூலிக்கப்பட்டன. மதரீதியான சடங்குகளுக்கும் கோயில்களுக்கும் கஜானாப் பணம் தாராளமாகச் செலவிடப்பட்டது. கோயில்களுக்கு மானியம் வழங்கப்பட்டது. மக்களின் வாழ்வு முன்னேற்றம் பற்றிய அக்கறை மன்னருக்கு இல்லை. நாட்டில் பஞ்சம் ஏற்பட்டு மக்கள் துயர் அடைந்தார்கள். இந்நிலையில் மன்னர் மரணமடைந்தார்.

மன்னர் விஜயரங்க சொக்கநாத நாயக்கருக்கும் மனைவி அரசி மீனாட்சிக்கும் குழந்தை இல்லை. அரச குடும்பத்தின் வழிவந்த பங்காரு திருமலாவின் மகன் விஜயகுமார நாயக்கரை மீனாட்சி தத்து எடுத்து அரசாட்சியை நடத்திவந்தார். மக்களின் ஆதரவைப் பெற நடவடிக்கை எடுத்தார். மீனாட்சியை அரச பதவியிலிருந்து நீக்க பங்காரு திருமலா சூழ்ச்சிகள் செய்தார். திருச்சிராப்பள்ளிக் கோட்டைக்குள் படையுடன் பங்காரு திருமலா புகுந்ததில் நடந்த போரில் மீனாட்சியால் அவர் தோற்கடிக்கப்பட்டார். ஆற்காடு நவாபு, தன் மகன் சப்தர் அலியையும் மருமகன் சந்தா சாகிப்பையும் மதுரை நாட்டைத் தன் கட்டுப்பாட்டுக்குக் கொண்டு வரப் படைகளுடன் அனுப்பினான். இந்தப் படைகளை மீனாட்சிக்கு எதிராகப் பயன்படுத்த விரும்பிய பங்காரு திருமலா சப்தர் அலிக்குப் பெரும் தொகை கொடுத்தார். ஆனால் சப்தர்

அலி திருச்சிராப்பள்ளிக் கோட்டையை முற்றுகையிடவில்லை. பங்காரு திருமலாவிற்கு ஆதரவாகச் செயல்படுமாறு சந்தா சாகிப்பிடம் தெரிவித்துவிட்டு சப்தர் அலி சென்றுவிட்டான். நிலைமையை அறிந்த மீனாட்சி மிகப்பெரும் தொகையை சந்தா சாகிப்பிற்கு அளித்துத் தன் அரசாட்சிக்குப் பாதிப்பு வராமல் பாதுகாக்க வேண்டும் என்று கோரிக்கை வைத்தாள். மிகப்பெரும் தொகை என்பதால் மீனாட்சியின் கோரிக்கையை சந்தா சாகிப் ஏற்றுக்கொண்டார். மீனாட்சியின் அரசாட்சியைப் பாதுகாப்பதாகப் பட்டுத் துணி போர்த்தப்பட்ட குரானின் மீது சத்தியம் செய்தார். மீனாட்சியின் அரண்மனையில் அவர் வரவேற்கப்பட்டு உபசரிக்கப்பட்டார். பிறகு ஆற்காட்டிற்குத் திரும்பிவிட்டார்.

சில காலம் கழித்து, சந்தா சாகிப் திருச்சிராப்பள்ளிக்கு வந்தார். கோட்டைக்குள் வந்த அவருக்கு ஆட்சியை அபகரிக்கும் திட்டம் இருந்தது. இன்னதென்று விவரிக்க இயலாத மதிமயக்கத்திற்கு மீனாட்சி ஆட்பட்டிருந்தாள். சந்தா சாகிப்பின் நடவடிக்கைகளில் தலையிடவில்லை. அரசியின் ஆட்சிப்பகுதி முழுமையும் தன் கட்டுப்பாட்டிற்குள் சந்தா சாகிப் கொண்டுவந்தார். அரசியின் ஆதரவாளர்களான கோவிந்தய்யா, ராவணய்யா தலைமையில் பெரும் படையை, திண்டுக்கல்லைக் கைப்பற்றி வைத்திருக்கும் பங்காரு திருமலாவிடமிருந்து மீட்க அனுப்பினார். பங்காரு திருமலா தோற்று ஓடிவிட்டான்.

சந்தா சாகிப்பிடம் பொறுப்பை ஒப்படைத்தது சரிதானா என்று யோசிக்கையில் மீனாட்சிக்கு சந்தேகமும் பயமும் ஏற்பட்டது. சந்தா சாகிப் தனக்கு எதிராகத் திரும்ப மாட்டான் என்பதற்கு குரான் மீது அவன் செய்த சத்தியம்தான் ஆதாரமாக இருந்தது. ஆனால் பட்டுத் துணிக்குள் இருந்தது குரானா அல்லது செங்கல்லா என்ற சந்தேகத்தை மந்திரி கிளப்பியிருந்தார். மீனாட்சிக்கு நடுக்கம் ஏற்பட்டது. 'ஆட்சியும் படைகளும் சந்தா சாகிப்பின் கட்டுப்பாட்டிற்குள் வர ஏதோ நம்பிக்கையில் மதியை இழந்து நானே இடம் கொடுத்துவிட்டேன். நான் இப்போது அதிகாரமில்லாத அரசியாக அல்லவா இருக்கிறேன்' என்று யோசித்தாள். 'என் கூர்மையற்ற மதியினால் நாயக்க வம்சத்தின் ஆட்சியே அழியப்போகிறது' என்று நினைத்து அழுதாள்.

அப்போதுதான் அந்த மறைவிடத்திலிருந்த கிண்ணம் அவள் கண்ணில் பட்டது. அவள் அதை எடுத்துத் திறந்து பார்த்தாள். நீர்த்திவலைகள், கண் வடிவத்தில் சாம்பல் நிறத்தில் மாறித் தோன்றின. மீனாட்சி பயத்தில் கிண்ணத்தைக் கீழே விட்டுவிட்டாள். கிண்ணம் தரையில் ஓடி மல்லாந்து நின்றது.

கிண்ணத்தில் இருந்த கண் வடிவம், மங்கம்மாளின் கண்களை மீனாட்சிக்கு நினைவுபடுத்தியது. தன் கணவர், மங்கம்மாளைப் பட்டினி போட்டுச் சித்திரவதை செய்தது நினைவிற்கு வந்தது. பயந்து அந்தக் கிண்ணத்தை மூடியால் மூடினாள். கிண்ணத்தை விட்டு வெளியேறாத வினோதமான நீர்த்திவலைகள் அவளை அச்சுறுத்தின. எடுத்த இடத்தில் கிண்ணத்தை வைத்தாள்.

மாதங்கியை வரச்சொன்னாள். அவள் வந்தாள். "இந்தக் கிண்ணம் யாருடையது" என்று மாதங்கியிடம் மீனாட்சி கேட்டாள்.

"இது மகாராணி மங்கம்மாள் வைத்திருந்த கிண்ணம்."

"உள்ளே இருப்பது என்ன."

"அது மகாராணி மங்கம்மாளின் கண்ணீர்த் திவலைகள்."

"இதற்கு முன்னால் இத்தகைய கிண்ணத்தைப் பார்த்திருக் கிறாயா."

"பார்த்திருக்கிறேன். அது சின்னராணி முத்தம்மாளின் கண்ணீர்த் திவலைகள் உள்ள கிண்ணம்."

"அதற்கு முன் பார்த்திருக்கிறாயா."

"பார்த்திருக்கிறேன். அது தஞ்சாவூர் சின்னராணியின் கண்ணீர்த் திவலைகள் உள்ள கிண்ணம். சின்னராணி தீயில் அழிந்தாள்."

"அவ்வளவுதானா இன்னும் இருக்கிறதா. இந்தக் கிண்ணங் களை என்ன செய்வீர்கள்" என்றாள் மீனாட்சி.

"ஓடும் ஆற்றில் எறிந்துவிட மகாராணி உத்தரவிட்டு நான், இரண்டு கிண்ணங்களையும் எறிந்திருக்கிறேன். இந்தக் கிண்ணம் மகாராணி மங்கம்மாளின் கண்ணீர்த் திவலைகள். ராணி. . . உங்கள் சொல்படி கேட்கிறேன்" என்றாள் மாதங்கி.

"இந்தக் கிண்ணத்தை ஓடும் ஆற்றில் எறிந்துவிடு. எனக்கு மூடியுள்ள இதே போன்ற கிண்ணம் கொண்டுவந்து கொடு. வெளியே தெரியக் கூடாது. ரகசியம் காக்க வேண்டும். எனக்குத் துயர காலம் வந்துவிட்டது."

மாதங்கி வெளியே சென்றாள். எடுத்து வந்த மூடியுள்ள கிண்ணத்தைக் கொடுத்தாள். மாதங்கியின் முகம் வெளிறியிருந்தது. மீனாட்சி அந்தக் கிண்ணத்தை வாங்கி வைத்துக்கொண்டாள்.

சந்தா சாகிப்பின் போர் வீரர்கள் தளபதியுடன் வந்தார்கள்.

"அரசியைக் கைதுசெய்து சிறையில் வைக்க சாகிப் உத்தர விட்டிருக்கிறார். பிடிவாதம் பிடிக்காதீர்கள். எங்களுடன்

பணிப்பெண்கள் இருக்கிறார்கள். அவர்கள் உங்களைத் தூக்கி வந்துவிடுவார்கள். கௌரவமாக வந்துவிடுங்கள். இனிமேல் இந்த அறையும் அரண்மனையும் எங்கள் சாகிப்பிற்கு உரியவை."

தனக்கு ஆதரவாக யாரும் இருப்பதாக மீனாட்சிக்குத் தோன்றவில்லை. 'இன்னும் என்னென்ன அவமானங்களையும் துன்புறுத்தல்களையும் தாங்க வேண்டியிருக்குமோ' என்று நினைக்கையில் மனம் இருட்டில் இருப்பது போலிருந்தது. புத்தி மயக்கம் எப்படி ஏற்பட்டது என்று யோசிக்கையில் பைத்தியம் பிடித்துவிடும் போலிருந்தது. சந்தா சாகிப்பின் சத்தியத்தின் மீது அவளுக்கு இருந்த அளவு கடந்த நம்பிக்கை அவள் கண்களையும் மதியையும் கட்டிவிட்டது.

மீனாட்சி சிறையில் வைக்கப்பட்டாள். அந்தரங்கப் பணிப்பெண் சாரதாவை அழைத்து விஷம் கொண்டுவரச் சொன்னாள். சாரதா திகைத்து நின்று அழுதாள். "என் கட்டளை" என்றாள் மீனாட்சி. இரண்டு நாட்கள் கழித்து அவளை அழைத்து விஷத்தைப் பெற்றுக்கொண்டாள். மீனாட்சி அழுது வீங்கிய கண்களுடன் இருந்தாள். தன்னிடமிருந்த கிண்ணத்தை சாரதாவிடம் கொடுத்தாள். "சாரதா... இது ரகசியம். இது ராணியின் உத்தரவு. இந்தக் கிண்ணத்தை எப்படியாவது தந்திரங்கள் செய்து சாகிப்பின் அறையில் மறைவிடத்தில் வைத்துவிடு. அல்லது வைக்க ஏற்பாடு செய்துவிடு. இது எனக்கு நீ செய்யும் உதவி" என்றாள். மீனாட்சி தற்கொலை செய்து கொள்ளப்போவதை நினைத்து சாரதா அழுதாள்.

தைரியத்தை வரவழைத்துக்கொண்டு விஷத்தைக் குடித்து, கைகால்கள் இழுபட்டு, முகம் கோணலாகி, வாயில் நுரை தள்ளி, அரசி மீனாட்சி இறந்தாள். இறக்கும் முன், மங்கம்மாளின் கண்கள் மீனாட்சியின் நினைவிற்கு வந்தன.

மதுரை நாடு முழுமையாக சந்தா சாகிப்பின் ஆட்சியின் கீழ் வந்துவிட்டது. நாயக்க வம்சம் முடிவுற்றது. அதன் எச்சங்கள் எங்கோ சென்றுவிட்டார்கள். சில காலங்களில் சந்தா சாகிப்பிற்கும் தஞ்சை மராட்டியர்களுக்கும் போர் நடந்தது. சந்தா சாகிப்பை மராட்டியர்கள் தோற்கடித்துக் கைதியாக்கினார்கள். தஞ்சை மகாராஜா பிரதாப் சிங், சந்தா சாகிப்பின் தலையைத் துண்டித்துக் கொன்றார். தலை துண்டிக்கப்படும் தருணத்தில் அரசி மீனாட்சியின் கண்கள் சந்தா சாகிப்பின் நினைவிற்கு வந்தன. அவர் உடல் இரண்டு துண்டாக விழுந்தது. அந்தக் கிண்ணம் என்னவாயிற்று என்று தெரியவில்லை.

உதவிய நூல்கள்

1. தமிழக வரலாறு: மக்களும் பண்பாடும் – கே.கே. பிள்ளை
2. மதுரை நாயக்கர் வரலாறு – அ.கி. பரந்தாமனார்
3. மதுரை நாயக்கர் வரலாறு – ஆர். சத்தியநாத அய்யர் – தமிழில் எஸ். அர்ஷியா
4. *Calcutta Review, October 1899 - Collection of articles - Mangammal's Folly by E.H.B., Edited by James W. Furrell*

அ) கே.கே. பிள்ளை நூலில் ராணி முத்தம்மாள் தீக்குளித்து இறந்ததாகக் குறிப்பிடப்பட்டுள்ளது.

ஆ) ஆர். சத்தியநாத அய்யர் நூல், அ.கி. பரந்தாமனார் நூல், *1899 Calcutta Review* ஆகியவற்றில் ராணி முத்தம்மாள் பன்னீர் குடித்துத் தற்கொலை செய்துகொண்டதாகக் குறிப்பிடப்பட்டுள்ளது. இந்தத் தகவலைக் கதைக்கு நான் எடுத்துக்கொண்டேன்.

இ) ராணி மங்கம்மாள் பட்டினி போட்டப்பட்டு இறந்ததாக *1899 October Calcutta Review*இல் வெளியான *Mangammal's Folly* கட்டுரையில் குறிப்பிட்டப்பட்டுள்ளது.

குறுங்கதைகள்

1. ஆசை

முத்துக்கண்ணு, முருகனுடன் அரசாங்க அலுவலகத்தில் பணிபுரிகிறார். முத்துக்கண்ணுவின் உடல்மொழி தரகருக்குரியது. லஞ்சம் வாங்குவதில் கெட்டிக்காரன். முடிந்த அளவிற்குக் கறந்து விடுவான். மாற்றி மாற்றிப் பேசுவான். வந்தவருக்குத் தெளிவாகப் புரியாத மொழியில் பேசிக் காரியத்தைச் சாதித்துவிடுவான். அலுவலர்களிடமும் காரியம் சாதிக்கும் உடல்மொழியும் வாய்மொழியும் அவனிடம் இருந்தன. அதிகாரிக்கு மில்க் ஸ்வீட் டப்பா வாங்கிக் கொடுத்துவிட்டுப் போவான். காரணமே இருக்காது. அவன் டெக்னிக்கே தனி.

முருகன் பெண் ஆசையினால் சிரமப்பட்டுக் கொண்டிருந்தான். முத்துக்கண்ணு வழக்கமாகச் செல்லும் இடங்கள் பல இருந்தன. சகஜமாகச் செல்வான். அடிக்கடி செல்வதால் பெண்களும் பழக்கமாகியிருந்தார்கள். தரகர் மூலமே அவர்களை அடைய முடியும். முத்துக்கண்ணுவை முருகன் அணுகினான். முருகனை அழைத்துக்கொண்டு முத்துக்கண்ணு ஒரு லாட்ஜுக்கு இரவில் சென்றான். கவுண்ட்டர் அருகே நின்றிருந்த தரகரிடம் சகஜமாகப் பேசினான். தரகர் முருகனை அழைத்துக்கொண்டு முதல் மாடிக்குச் சென்றார். முருகன் பயத்தில் நடுங்கிக்கொண்டிருந்தான். கால்கள் ஆட ஆரம்பித்தன. ஓர் அறையின்முன் நின்று சாவியினால் கதவைத் திறந்தார். உள்ளே இருட்டாக இருந்தது. முருகனைத் தரகர் உள்ளே போகச் சொன்னார்.

பெண் வேறெங்கோ இருந்து வருவாளென்று நினைத்து முருகன் உள்ளே சென்றான். தரகர் சென்றுவிட்டார். கட்டிலின் கீழே இருந்து ஒரு பெண் வெளியே வந்தாள். தலைக்கு வைத்திருந்த தலையணையை எடுத்துக் கட்டிலில் போட்டாள். இரவு விளக்கைப் போட்டாள். முருகனுக்கு வயிற்றைக் கலக்கியது. கக்கூஸ் போக வேண்டும் என்று சொன்னான். அவள் அறைக்கதவைத் தாழ்ப்பாள் போட்டுவிட்டு அறையிலிருந்த கக்கூசுக்குள் போகச் சொன்னாள். போய் உட்கார்ந்த முருகன் மலம் கழித்தபின் கால் கழுவிவிட்டு வெளியே வந்தான். கக்கூஸ் லைட்டை அணைத்தான். கட்டிலின் அருகே சென்றான். அவள் தூங்கிக்கொண்டிருந்தாள். லேசான குறட்டைச் சத்தம் கேட்டது. மார்பகங்கள் பெரிதாக இருந்தன. அங்கிருந்த நாற்காலியில் அமர்ந்தான். அவள் தூங்குவதைப் பார்த்தான். சற்று நேரங்கழித்து எழுந்து தாழ்பாளை விலக்கி அறையை விட்டு வெளியே வந்தான். மாடிப்படி வழியாகக் கீழே இறங்கி வந்தான். தரகர் "திருப்தியா" என்றார். "திருப்திதான்" என்றான். கேட்ட தொகையைக் கொடுத்தான்.

"முத்துக்கண்ணு எங்கே" என்று கேட்டான். வேறு ஒரு அறைக்குச் சென்றிருப்பதாகவும் வந்துவிடுவான் என்றும் தரகர் கூறினார். சற்றுநேரத்தில் சிகரெட் புகைத்துக்கொண்டே முத்துக்கண்ணு வந்தான். முருகனைப் பார்த்து, "நல்லா இருந்துச்சா" என்றான். முருகன் தலையாட்டினான். தரகரிடம் முத்துக்கண்ணு பணம் கொடுத்தான். கூட ஏதோ பணம் கொடுத்தான். இன்னொரு நாள் வருவதாகச் சொல்லி இருவரும் லாட்ஜை விட்டு வெளியேறினார்கள். இருவருக்கும் பசித்தது. கடையில் பரோட்டா சாப்பிட்டுவிட்டு வீட்டுக்குச் சென்றார்கள்.

2. அதிர்ஷ்டம்

என்னைக் காண ஒரு தம்பதியும் ஒரு முதியவரும் வந்திருப்பதாகக் கண்ணபிரான் கூறினான். என்னைக் காண்பதற்கு இவர்கள் வர வேண்டிய அவசியம் என்னவாக இருக்கும் என்ற குழப்பத்தில் படுக்கையை விட்டு எழுந்தேன். ஜன்னல் வழியாகப் பார்த்தேன். கணவன், மனைவி இருவருக்கும் நடுத்தர வயதிருக்கும். பெரியவர் இவர்களில் ஒருவரின் தந்தையாக இருக்க வேண்டும். நான் கண்ணபிரானிடம் அவர்களை அழைத்து உள்ளே அமர வைக்கும்படி சொல்லிவிட்டுப் பல் தேய்த்தேன். முகம் கழுவினேன். துண்டினால் முகத்தைத் துடைத்துவிட்டுத் துண்டைத் தோளில் போடுக்கொண்டு ஹாலுக்கு வந்தேன். என்னைப் பார்த்ததும் எழுந்து நின்றார்கள். நான் உட்காரச் சொன்னேன்.

"என்ன விஷயம்" என்று கேட்டேன். பெரியவர்தான் முதலில் பேசினார்.

"அவ பச்சப்புள்ளே சார். அவளை இன்னைக்கி காலையே தூக்கிட்டுப் போயிட்டான். அவளைத் துரத்திக்கிட்டே இருந்திருக்கான். அவளும் சொல்லிக்கிட்டேயிருப்பா. ஏழைகள் எங்களாலே என்ன செய்ய முடியும். போலீஸ் ஸ்டேசன் போயி செலவழிக்க காசில்லை. உங்ககிட்டே போனா தீர்வு கிடைக்கும்னு சொன்னாங்க. வந்திருக்கோம்."

"யார் தூக்கிட்டுப்போனா."

"ராபர்ட்சன்."

"அவளுக்கு வயசென்ன இருக்கும். உங்க பேத்தியா."

"அவளுக்கு 14, 15 வயசிருக்கும்" என்று பெரியவர் அந்தப் பெண்ணைப் பார்த்தார். அந்தப் பெண் அழ ஆரம்பித்தாள். அவள் கணவனும் அழலானான். பெரியவர் கண்களைத் துடைத்துக்கொண்டார்.

"நாங்க ஏழைங்க சார். எங்களாலே பணம் செலவழிக்க முடியாது" என்றாள் அந்தப் பெண் அழுகையினூடே.

"பணம் யாரும்மா கேட்டா. விவரம் கேட்டேன். உங்க வீடு எங்கேயிருக்கு."

அந்தப் பெரியவர் சொன்னார். அந்த இடம் நெருக்கடியான குடியிருப்புப் பகுதி. "அந்த இடத்துலேயே வந்து தூக்கிட்டுப் போனான்."

"ஆமா சார். ஒருத்தரும் தடுக்கலை. பயப்படறாங்க சார். அவர் பெரிய ரவுடிங்கிறாங்க."

"சரி. நீங்க வீட்டுக்குப் போக வேண்டாம். இங்கே இருங்க. கண்ணபிரான் இவுங்களுக்குச் சாப்பாடு அரேஞ்சு பண்ணு. நீ என் கூட வா. நம்ம ஆட்களை சிவன் கோயில்கிட்டே வரச்சொல்லு. நீ என் கூட வா. குளிச்சிட்டு வந்துர்றேன்."

கண்ணபிரான் ஜீப் ஓட்டினான். அருகே நான் உட்கார்ந்திருந்தேன். என் ஆட்கள் ஒரு வேனில் காத்திருந்தார்கள். ராபர்ட்சன் இருக்கும் இடத்திற்கு ஜீப்பை விடச் சொன்னேன். பின்னால் வேன் வந்தது.

ராபர்ட்சன் இருப்பிடத்தை அடைந்தோம். வாசலில் ஏழெட்டுப் பேர் நின்றிருந்தார்கள். நானும் கண்ணபிரானும் சென்றோம். ஒருவன், "என்ன விஷயமா பாக்கணும்" என்று கேட்டான். கண்ணபிரான், "பிஸினஸ்" என்றான். "வேன் எதற்கு" என்று கேட்டான் ஒருவன். பிஸினஸ் முடித்துவிட்டு வேறு இடத்திற்குச் செல்ல வேண்டும். அதற்காக வந்திருக்கிறது" என்றான் கண்ணபிரான்.

நானும் கண்ணபிரானும் உள்ளே சென்றோம். பெரிய ஆசனத்தில் ராபர்ட்சன் உட்கார்ந்திருந்தான். எங்களை உட்காரச் சொன்னான். நான் இடுப்புப்பகுதியில் வைத்திருந்த துப்பாக்கியைத் தடவிப் பார்த்துக்கொண்டேன். கண்ணபிரானும் துப்பாக்கி கொண்டுவந்திருந்தான்.

"என்ன விஷயம் சொல்லுங்க."

"நீங்கள் கடத்தி வந்த சாந்தியை என்னிடம் ஒப்படைக்கக் கேட்டு வந்திருக்கிறேன்."

"ஏன் நீ வைத்துக்கொள்ளப் போகிறாயா."

"இல்லை. அவர்கள் ஏழைக் குடும்பத்தைச் சேர்ந்தவர்கள். சாந்தி சிறுமி. நீங்கள் செய்வது சட்டப்படி சரியில்லை."

"நீங்க சட்டப்படிதான் எல்லாம் செய்கிறீர்களா. வேறு காரணம் உள்ளதா."

"நான் அவளை அவளின் பெற்றோரிடம் ஒப்படைக்கப் போவதாக வாக்களித்திருக்கிறேன். அந்தக் குடும்பம் என்னிடம் அடைக்கலம் கேட்டு வந்திருக்கிறார்கள்."

"நான் ஒப்படைக்காவிட்டால் என்ன செய்வீர்கள்."

கண்ணபிரான் பேசினான். "என்னிடமும் எங்கள் தலைவரிடமும் துப்பாக்கி இருக்கிறது. வேனில் ஆட்கள் வந்திருக்கிறார்கள். இங்கு ஒரு சண்டை நடக்கும். நீங்கள் சாகலாம். அல்லது நாங்கள் சாகலாம். இரு தரப்பு ஆட்களுக்கும் இடையே சண்டை நடக்கலாம். சம்பவத்தை மறைக்க முடியாது. போலீஸ் வரும். அந்தப் பெண் மைனர். விஷயம் பெரிசாகும். இதுதான் நடக்கும்."

"அவள்மீது எனக்கு விருப்பம் இருந்தது. திருமணம் செய்து நன்றாக வைத்துக்கொள்ள வேண்டும் என்று விரும்பினேன். ஆனால் அவளுக்கு என்னைப் பிடிக்கவில்லை. ஒரு நிபந்தனை. நீங்கள் அவளைத் திருமணம் செய்துகொள்வதாக வாக்களித்தால் அவளை விடுவிக்கிறேன். அவள் களங்கமில்லாதவள் என்று ஆண்டவன் பேரால் உறுதி கூறுகிறேன்."

"சரி. அவளை நான் திருமணம் செய்துகொள்கிறேன். வழியற்ற ஒரு குடும்பத்தைக் காப்பாற்றிய புண்ணியம் என்னை வந்து சேரட்டும்" என்றேன்.

"அவ்வாறே நடக்கட்டும். இப்போதே அவளை ஒப்படைத்து விடுகிறேன். அவள் நன்றாக இருப்பதே என் விருப்பம்" என்று கூறி அருகிலிருந்தவனிடம் ஏதோ கூறினான். அவன் உள்ளே சென்றான். பணிப்பெண்ணுடன் ஓர் இளவயதுப் பேரழகி வந்தாள். 'அதிர்ஷ்டவசமாக எனக்குக் கிடைத்தவள். ஆனால் என்னைப் பிடிக்க வேண்டுமே' என்ற சிந்தனையுடன் அவளைப் பார்த்தேன்.

"நாம் சமரசமாகிப் போய்விடுவோம்" என்று ராபர்ட்சன் எழுந்து நின்று கூறினான்.

நானும், "சமரசமாகிப் போவாம்" என்று எழுந்து நின்று சொன்னேன்.

நானும் கண்ணபிரானும் சாந்தியை அழைத்துக்கொண்டு சென்றோம். அவளின் பெற்றோரிடம் ஒப்படைத்தோம். கண்ணபிரான் நடந்ததை விளக்கிக் கூறினான். சாந்தியின் பெற்றோர் என் காலில் விழுந்து ஆசீர்வாதம் பெறச் சொன்னார்கள். அவள் ஆசீர்வாதம் வாங்கினாள்.

காலத்தின் சுழற்சியில் அவள் திருமண வயதை அடைந்து, சில ஆண்டுகள் கழித்து, அவளை நான் திருமணம் செய்து கொண்டேன். இப்படித்தான் சாந்தி என்ற பேரழகியை நான் மனைவியாக அடைந்தேன்.

3. தியாகி

மதிவாணன் நினைத்தது போலவே நடந்தது. அவனுக்குக் கீழ் பெர்த் கிடைத்திருந்தது. இரண்டடுக்கு ஏ.சி. ஸ்லீப்பர். ஒரு பெண் இரண்டு பையன்களுடன் சஞ்சலத்துடன் அமர்ந்திருந்தாள். அதைக் கண்டவுடன் நடக்க முடியாதவன்போலக் காலைத் தாங்கித்தாங்கி நடந்தான். கீழ் பெர்த்தின் கீழே பெட்டியை வைத்தான். அந்தப் பெண் அவனுடைய நிலையைப் பார்த்துக் குழம்பினாள். மொத்தம் மூன்று கீழ் பெர்த்கள் இருக்கின்றன. இரண்டு கீழ் பெர்த்திலும் இரண்டு பையன்களைப் படுக்க வைத்துவிடலாம். ஒரு டிக்கெட் மேல் பெர்த்தாகக் கிடைத்துள்ளது. கீழ் பெர்த்திற்கு உரியவரிடம் கேட்டு அவரை மேல் பெர்த்திற்கு அனுப்பிவிடலாம் என்று நினைத்திருந்தாள். இன்னும் இரண்டு மேல் பெர்த்துகள் இரண்டு வாலிபர்களுக்கு உரியதாய் இருந்தன.

அவள் மதிவாணனிடம், "லோயர் பெர்த்தைத் தர முடியுமா" என்று கேட்டாள். "தொடை எலும்பில் பிளேட் வைத்து சர்ஜரி செய்திருப்பதால் மேலே ஏற முடியாது" என்றான் மதிவாணன். 'இந்தப் பெண்ணிற்கு முப்பத்தைந்து வயதிருக்கலாம். மேலே ஏறிப படுப்பதில் அவளுக்கு ஒரு பிரச்சினையும் இல்லை. வசதியாகக் கீழ் பெர்த் வேண்டும் என்று நினைக்கிறாள். இப்படித்தான் சலுகையை எதிர்பார்க்கிறார்கள்' என்று மதிவாணன் நினைத்தான். உண்மையில் அவனுக்கு மேலே ஏறிப் படுப்பது அசௌகரியமானது. தூக்கம் வராது.

உயரத்தில் இருப்பதால் தலைசுற்றல் வருவதற்கும் வாய்ப்புள்ளது. வயது அறுபத்தைந்து ஆகிறது. ஆனால் ஆணாக இருக்கிறான். விட்டுக்கொடுக்க முடியாது என்று சொல்ல முடியாது என்பதால் பொய் சொன்னான்.

மதிவாணனுக்கு எரிச்சலாக இருந்தது. அவள் உரிமை யுடையவள்போல் கேட்க, தான் பணிந்து சொல்லிக்கொண் டிருப்பதாகத் தோன்றியது. கோபத்தை அடக்கிக் கொண் டிருந்தான். தாங்கித்தாங்கி நடந்து கழிவறைக்குச் சென்று வந்தான். அவள் நடப்பதைக் கூர்ந்து பார்த்தாள். மதிவாணன் திரும்பி வந்து கீழ் பெர்த்தில் உட்கார்ந்தான்.

"சார் நீங்கள் பிளாட்பாரத்தில் நடந்து இந்த கோச்சுக்கு வரும்போது ஜன்னல் வழியாகப் பார்த்தேன். அப்போது நன்றாக நடந்து வந்தீர்கள். என்னைப் பார்த்ததும் ஊனம் இருப்பதுபோல் நடிக்கிறீர்கள்" என்றாள்.

மதிவாணன் குழப்பமடைந்தான். "அம்மா, எனக்குப் பல சிரமங்கள் இருக்கின்றன. உங்களுக்கு அவற்றை விளக்கிக் கொண்டிருக்க முடியாது. என்னால் லோயர் பெர்த்தைக் கொடுக்க முடியாது. நீங்கள் அப்பர் பெர்த்தில் படுத்துக்கொள்ள வேண்டியதுதான். குழந்தைகளாக இருந்தாலும் பரவாயில்லை. பள்ளிக்குச் செல்லும் பையன்களாக இருக்கிறார்கள். நான் எதற்காக லோயர் பெர்த்தை உங்களுக்கு விட்டுத்தர வேண்டும்."

"நான் பெண். ஒரு பெண்ணுக்கு விட்டுத்தரக் கூடாதா. என்ன சார் இது அநியாயமாக இருக்கிறது."

பிறகு இரண்டு வாலிபர்களையும் பார்த்து, "இந்த அநியாயத்தை என்னன்னு இவர் கிட்டே கேளுங்க சார்" என்றாள்.

அந்த வாலிபர்களும், "சார்... விட்டுக்கொடுத்துருங்க. பாவம், சார்" என்றார்கள்.

மதிவாணனின் நிலை சங்கடமாக இருந்தது. பெருங்கோபமும் ஏற்பட்டது. வாலிபர்களைப் பார்த்து, "நீங்க பேசாமல் இருங்க சார்" என்றான். பின் அவளைப் பார்த்து, "லோயர் பெர்த்தை விட்டுக்கொடுக்க முடியாது. மேற்கொண்டு பேசாதீர்கள்" என்று சொல்லிவிட்டுப் படுத்தான்.

அவள் பெட்ஷீட்டைச் சத்தமாக உதறினாள். எரிச்சலுடன் ஏணி அமைப்பைப் பிடித்து ஏறி மேல் பெர்த்தில் படுத்தாள். சற்றுநேரங் கழிந்தது. மதிவாணன் தியாகியாக மாற வேண்டும் என்று நினைத்தான்.

"மேடம் நீங்கள் என் லோயர் பெர்த்தை எடுத்துக்கொள்ளுங்கள். என்னால் மேலே ஏறிப் படுக்க முடியாது. நான் கீழே தரையில் பெட்ஷீட்டை விரித்துப் படுத்துக்கொள்கிறேன்" என்றேன்.

அவள், "சரி" என்று சொல்லி கீழே இறங்கினாள். தியாகியாக மாறிய மதிவாணன் இரண்டு கீழ் பெர்த்திற்கு இடையே இருந்த தரையில் பெட்ஷீட்டை விரித்துப் படுத்துக்கொண்டான். அவள் மதிவாணன் படுக்கையில் படுத்தாள்.

4. அணைப்பு

ராஜன் கீழ் வீட்டில் பெற்றோருடன் குடியிருந்தான். வேலை தேடிக்கொண்டிருந்தான். மேல் வீட்டில் ஒரு குடும்பம் இருந்தது. குடும்பத் தலைவர் ஒரு கடையில் வேலைபார்த்தார். மகன் திருமணமாகி வெளியூரில் வேலைபார்க்கிறான். ஒரு மகள் சந்தானலட்சுமி சரியாகப் படிப்பு வராமல் வீட்டில் இருந்தாள். மொட்டை மாடி பொதுவானது. ராஜனை சந்தானலட்சுமி சைட் அடித்துக்கொண்டிருந்தாள். அவனுக்கு அது தெரிந்தாலும் அவள்மேல் ஆர்வம் இல்லாமல் இருந்தான். அவளும் அவனை ஈர்ப்பதற்கு ஏதேதோ செய்து பார்த்தாள். அவன் வசப்படவில்லை. சந்தானலட்சுமியின் குடும்பம் ஏழ்மையானது. சந்தானலட்சுமியை நல்ல இடத்தில் திருமணம் செய்துவைக்க முடியாது. இது அவளுக்கும் தெரியும். 'ராஜனுக்கு வேலை இல்லையென்றாலும் அவன் கிடைத்தால் நல்லதுதான். ஓடிப்போய் ஏதாவது வேலை செய்து பிழைத்துக்கொள்ளலாம்' என்று அவள் நினைத்தாள். ஆனால் ராஜன் அவளைப் பொருட்படுத்தவே இல்லை.

மொட்டை மாடியில், துவைத்த துணிகளை ராஜன் காயப்போட்டு எடுத்து வருவான். மேல் வீட்டிலிருந்தும் மொட்டை மாடிக்கு வரலாம். ராஜன் மொட்டை மாடிக்குச் செல்லும்போது, சந்தானலட்சுமி முதலில் ஒளிந்திருந்து பார்த்தாள். பிறகு அவன் பார்வையில் படுமாறு நின்று அவனைப் பார்த்தாள். அவன் அவளைப் பார்த்து

விட்டுத் துணிகளை எடுத்து வருவான். சலனமிருக்காது. அவள் பார்ப்பதற்கு சிறு பெண்ணாக, சுமாராக இருப்பாள்.

ஒருநாள் மொட்டை மாடிக்குச் செல்லும்போது மொட்டை மாடியில் ராஜனை சந்தானலட்சுமி மறித்தாள். வெயில் அடித்துக்கொண்டிருந்தது. ராஜன் அவளை அணைத்தானா அவள் ராஜனை அணைத்தாளா என்று தெரியாத நிலையில் இருவரும் இறுக்கமாக அணைத்துக்கொண்டார்கள். ராஜன் அவளது தோளில் முத்தமிட்டான். தோளில் இருந்த வெயிலின் சூட்டை உணர்ந்தான். ராஜனுக்குக் கை கால்கள் நடுங்கின. இருவரும் விலகினார்கள். ராஜன் வந்து துணிகளை வைத்துவிட்டு சைக்கிளில் கிளம்பினான். நடுக்கத்தில் சரியாக சைக்கிள் ஓட்ட முடியவில்லை. சில தெருக்கள் தள்ளி இருந்த டீக்கடைக்குச் சென்றான். சைக்கிளை நிறுத்தினான். டீ வாங்கிக் குடித்தான். கை கால்கள் நடுக்கம் நிற்கவில்லை. சற்றுநேரங் கழித்து நின்றது.

அடுத்த மூன்று நாட்கள் அவன் துணி துவைக்கவில்லை. மொட்டை மாடிக்குச் செல்லவில்லை. அவள் தன்னைத் தேடி அலைக்கழிவதாக அவனுக்குத் தோன்றியது. நான்காம் நாள் சந்தானலட்சுமியின் குடும்பம் ஊருக்குச் சென்றது. எளிமையான முறையில் ஒரு வயதானவருக்கு இரண்டாம் தாரமாக அவளுக்குத் திருமணம் நடந்தது என்பதை அறிந்தான். வருத்தமாக இருந்தது.

ஒரு வாரம் கழித்து சந்தானலட்சுமி மண்ணெண்ணெய் ஊற்றித் தீக்குளித்து இறந்துவிட்டதாகத் தன் பெற்றோர் பேசிக்கொண்டதிலிருந்து அறிந்தான்.

பெரியம்மை

5. விளையாட்டு

புனித நீராடும் கடல் பகுதியின் நீளம் குறைவுதான். பிறகு பாறைகள் இருபுறமும் இருக்கின்றன. இந்தக் குறைவான நீளமுள்ள நீராடும் கடல் பகுதியின் ஒரு பகுதியில் படித்துறைபோலப் படிக்கட்டுகள் கட்டியிருக்கிறார்கள். தர்ப்பணம் பண்ணுவதற்கு வசதியாக உள்ளது என்பதைத் தவிர வேறு பிரயோசனம் இல்லை. அழகையும் கெடுத்துவிட்டது. சற்றுத் தள்ளிப் பூவரசு மரங்கள் இருக்கும். அதில் ஒரு பூவரசு மரத்தில் நண்பர்களுடன் அமர்ந்து அரட்டை அடிப்போம். நாங்கள் அப்போது பள்ளி மாணவர்கள். இப்போது மரங்களே இல்லை. வெட்டிவிட்டார்கள்.

அப்படி அரட்டை அடித்துக்கொண்டிருந்த காலத்தில் மணி மரத்திலிருந்து விழுந்துவிட்டான். அவனுடைய கெட்ட காலம் அவனுடைய கையில், தோளுக்குக் கீழே ஊசி குத்தும் பகுதியில் பெரிய முள் குத்திவிட்டது. குத்திய முள் ஒடிந்து கையிலேயே தங்கிவிட்டது. மணிக்குத் தந்தை இறந்துவிட்டார். தாயார் இட்டிலி, முறுக்கு, அதிரசம் சுட்டு விற்றுக் கொண்டிருந்தாள். அதுதான் ஜீவனம். நல்ல வேளையாக சிறிய ஓட்டு வீடு சொந்தமாக இருந்தது. மணி சரியாக வைத்தியம் செய்துகொள்ளவில்லை. எடுத்துச் செய்ய யாரும் இல்லை.

பள்ளிப்படிப்பை முடித்து எல்லோரும் எங்கெங்கோ சென்றுவிட்டோம். நான் அரசுப் பணியில் சேர்ந்தேன். பூர்வீக வீட்டை விற்று விட்டோம். அரசுப் பணியில் இருந்தபோது

பயிற்சிக்காக ஒரு ஊருக்குச் சென்றோம். ஒரு மாத அளவில் அங்கேயே தங்கியிருந்து வகுப்புகளுக்குச் சென்று படித்து பரீட்சையும் எழுதி பாஸ் செய்ய வேண்டும். தமிழ்நாட்டின் பல்வேறு பகுதிகளிலிருந்து வந்திருந்தார்கள்.

அங்குதான் நான் மணியைப் பார்த்தேன். ஒரு கை இல்லை. வலது கையைத் துண்டித்து எடுத்திருந்தார்கள். முள்ளை எடுக்காமல் விட்டதால் செப்டிக் ஆகிக் கையை எடுக்க வேண்டியதாகிவிட்டது என்றான். அரசுப் பணியில் அவன் வந்து சேர்ந்தது நல்ல விஷயம். அவன் தாயாரைப் பற்றி விசாரித்தேன். இறந்துவிட்டதாகக் கூறினான். திருமணத்திற்குப் பெண் பார்த்துக்கொண்டிருப்பதாகவும் சரியாக அமைய வில்லை என்றும் கூறினான். பழைய நினைவுகளைப் பேசிப் பகிர்ந்துகொண்டோம்.

நான் டென்னிகேட் விளையாடுபவன். மணியும் விளையாடுபவன் எனத் தெரிந்தது. பயிற்சி நிலையத்தின் பி.டி. மாஸ்டர் கேம்ஸ் நேரத்தில் எங்கள் இருவரையும் விளையாடச் சொல்வார். மணியின் இடதுகை வீச்சு பலமான தாகவும் சமாளிக்க முடியாததாவும் இருந்தது. பலமுறை விளையாடினோம். ஒருமுறைகூட நான் ஜெயிக்கவில்லை. தோற்றுக்கொண்டேயிருந்தேன். பயிற்சிக் காலம் முடியும் தறுவாயில் ஒருநாள் மணியிடம் பேசிக்கொண்டிருந்தபோது, நான் அவனுக்கு விட்டுக்கொடுத்து அவன் வெற்றி அடையும்படி விளையாடியதாகக் கூறினான். நான் விட்டுக்கொடுக்க வில்லை. அவன் நன்றாக விளையாடினான் என்பதைப் பலமுறை சொன்னேன்.

ஆனால், அவன் அதை நம்பவில்லை. தன் மீதான பரிவில் நான் விட்டுக்கொடுத்து விளையாடியதாகவே மீண்டும் கூறினான். நான் மேற்கொண்டு இதுபற்றிப் பேசவில்லை. மௌனமாக இருந்தேன்.

6. வீடு

நான் வீட்டின் திண்ணையில் உட்கார்ந் திருந்தேன். ஒரு பெரியவரும் சிறுவனும் காரிலிருந்து இறங்கினார்கள். வீட்டின் ஓரத்தில் காரை நிறுத்தியிருந்தார்கள். பெரியவர் வீட்டிலிருந்து சற்றுத் தள்ளி நின்று வீட்டை முழுமையாகப் பார்த்தார். பிறகு இருவரும் என்னை நோக்கி வந்தார்கள். அவர்களைத் திண்ணையில் உட்காரச் சொன்னேன்.

"என் பெயர் பாலன். இவன் என்னோட பேரன். நான் ஆசிரியராக இருந்து பணி ஓய்வு பெற்றவன். இந்த வீடு எங்கள் பூர்வீக வீடு. எங்க தாத்தாவோட தாத்தா கட்டினதுன்னு சொல்லு வாங்க. வீடு மாறியிருக்கு. சில பகுதிகள் அப்படியே இருக்கு. இந்தத் திண்ணை அப்படியே இருக்கு. மாடி எடுத்துக் கட்டியிருக்கீங்க. குமாரு இதுதாண்டா பூர்வீக வீடு. பாத்துக்க, உன்னைக் கூட்டிவந்து காட்றேன்னு சொன்னேன். காட்டிட்டேன். அப்ப கரண்ட் கிடையாது. லாந்தர் விளக்குதான். அப்படின்னா என்னன்னுகூட உனக்குத் தெரியாது. இன்னொரு விளக்கும் இருக்கும்."

"அந்த விளக்குக்கு என்ன பேரு சார்" என்று என்னைப் பார்த்துக் கேட்டார். எனக்கும் சட்டென்று விடை தெரியவில்லை. பிறகு அவரே 'சிம்னி' விளக்கு என்றார்.

"லாந்தர் விளக்கும் சிம்னி விளக்கும்தான் வெளிச்சத்துக்கு. பாடப்புத்தகங்களை அந்த வெளிச்சத்திலேதான் படிக்கணும். படிச்சு நானும் வாத்தியாராயிட்டேன். பாத்துக்கோடா. எப்படியெல்லாம் கஷ்டப்பட்டிருக்கோம்னு."

"வீட்டைப் பாக்கலாமா சார். பழைய நெனைப்பு. பேரனுக்கும் காமிச்சிரலாம்னு நெனைச்சேன். எனக்கு சுகர். குறைக்க முடியலை. மனைவி இறந்துபோயிட்டா. இவன் என் மகனோட பையன். கூட்டிட்டு வந்தேன். மகன் ஐ.டி.யிலே இருக்கான். மருமகளும் ஐடி.தான். சூட்டிகையான பொண்ணு. வீட்டுக்குத் தேவையான எல்லா வேலையும் அவதான் பாக்கறா. மகன் ஊர்லே இல்லேன்னாலும் எனக்குப் பயமில்லை. எனக்கு உடம்புக்கு திடீர்னு ஏதாவது கோளாறு வந்துச்சுன்னா மருமகளே சமாளிச்சுருவா. அவளையும் கூட்டி வரணும்னு நெனைச்சேன். அவளுக்கு ஆர்வமில்லையோ அல்லது உண்மையிலேயே வேலை இருந்துச்சோ. ஏதோ ஒண்ணு. அவ வரலை. பேரன் பத்தாவது படிக்கிறான். இந்த வயசுலே பல விஷயங்கள் தெரியணுமில்லையா. அதனாலேயே நான் போற பல இடங்களுக்கு இவனையும் கூட்டிட்டுப் போவேன். துணைக்கு ஆள் வந்த மாதிரியும் எனக்கு இருக்கு..."

அவர் பேசிக்கொண்டேயிருந்தார். அவர் வாழ்க்கையையே என்னால் அறிந்துகொள்ள முடிந்தது.

"கீழே எல்லாம் டைல்ஸ் போட்டுருகீங்க. நல்லா இருக்கு. ஹால், ரூம், ஜன்னல் அமைப்பு மாறலை. பின்னால் கூரை இருந்தது. அதை மாற்றிக் கட்டிடமா கட்டியிருக்கீங்க. இந்த அடுப்படியிலிருந்து மொட்டை மாடிக்கு போறதுக்கு பனைமர ஏணி இருக்கும். அந்த ஏணிப்படியிலே நான் சின்னப் பையனா இருந்தப்ப உக்காந்திருந்திருக்கேன். என் அப்பா இந்த வீட்டை வித்துட்டு திர்ணவேலியிலே பேங்க் லோன் போட்டு புதுவீடு கட்டிட்டார். இப்ப வாடகைக்கு விட்ருக்கோம். நான் மகன் கூட இருக்கேன். எனக்குத்தான் தனிமை தாங்க முடியலை. ஏண்டா குமாரு நான் ரொம்பப் பேசி அறுக்கறேனா."

"தாத்தா எல்லாக் கதையும் சொல்லிப்புட்டீங்க. இன்னும் பாக்கி இருந்தா அதையும் சொல்லியிருங்க" என்றான் குமார்.

"வேறென்ன பேசறது. பேசாட்டி உம்முன்னு இருக்கணும். அதுக்குப் பேசறது பரவாயில்லை."

"பொண்டாட்டி ஊருக்குப் போயிருக்கா. அவுங்க அக்கா வூடு பக்கத்து ஊர்லே இருக்கு. நான் சுமாரா காபி போடுவேன். போட்டுத் தரவா" என்றேன்.

"டீ, காபியை நிறுத்தி ரெண்டு வருஷமாச்சு. வயித்துப் பிரச்சினை இருக்கு. பால் அயிட்டமே சாப்பிடாதீங்கன்னு டாக்டர் சொல்றாரு. எத்தனை வருஷம் டீ, காபி குடிச்ச உடம்பு இது. இப்ப நாக்கை அடக்கிக்கிட்டு இருக்கேன். பின்னாடி கிணறு இருந்துச்சே. இப்பக் காணாமே."

"தூர்ந்து போச்சு. தண்ணியும் இல்லை. மூடியாச்சு. போர் போட்ருக்கோம். மேலே பெரிய சிமிண்ட் டேங்க் இருக்கு."

"அப்ப போர் எல்லாம் கிடையாது. கிணத்துத் தண்ணிதான். வாளி அடிக்கடி கயிறு அந்து கிணத்துத் தண்ணிக்குள்ளே போயிரும். பாதாளக் கரண்டின்னு ஒண்ணு இருக்கும்டா குமாரு. சிலந்தி கால்கள் மாதிரி கொக்கிகளா இருக்கும். அதைக் கயித்துலே கட்டி இறக்கி ஈசியா வாளியை வெளியே எடுத்துர்லாம். கொக்கியிலே வாளியோட கைப்பிடி மாட்டிக்கும். அந்தப் பாதாளக் கரண்டியை இந்தத் தலைமுறையிலே பாத்துருக்க மாட்டாங்க. அதுக்குத் தேவையும் இல்லை. எல்லாம் மாறியிருச்சு. இல்ல முன்னேறியிருச்சு. இப்ப முனிசிபாலிட்டி யிலிருந்து வர்ற குடிதண்ணியை வீட்லேயே புடிச்சிக்கலாம். முன்னாடி முனிசிபாலிட்டி குடிதண்ணி குழாய் தெருவிலே இருந்துச்சு. தெருக்காரங்க எல்லாம் கூடியிருவாங்க. இடம் பிடிக்கிறதுலே சண்டை. கெட்ட வார்த்தைகள் சகஜமாகப் புழங்கும். அப்பா என்னை வீட்டுக்குள்ளேயே போகச் சொல்லி யிருவாரு. . ." என்று பழைய நினைவுகளில் ஆழ்ந்தார்.

"ஏண்டா குமாரு. நல்லா பாத்துக்க. மாறியிருந்தாலும் இதுதாண்டா நம்ம பூர்வீக வீடு இருந்த இடம். எனக்குப் பாக்கணும்னு தோணுச்சு. உன்னையும் கூட்டிவந்து காண்பிச்சுட்டேன்."

குமார் ஏதோ அவர் பேசுவதைக் கேட்டுக்கொண்டிருந்தானே தவிர ஈடுபாடில்லாமல் இருந்தான்.

அவர் என்னைப் பார்த்து, "சில கைகள் மாறித்தான் உங்களுக்கு இந்தச் சொத்து வந்திருக்கும். இன்னும் எத்தனை கை மாறப்போகுதோ" என்றார்.

"நானும் இந்த வீட்டை விக்கலாம்ங்கிற எண்ணத்துலே இருக்கேன். நீங்க வாங்கிக்கிறீங்களா. வீட்டு மேலே இவ்வளவு பிரியமா இருக்கீங்களே" என்றேன்.

அவர் திகைத்தார். "இந்த வீட்டை இப்ப வாங்கி என்ன செய்ய. இது நினைவுச் சின்னம். அவ்வளவுதான். இப்ப இருக்கிற வீடு அந்த வீடு இல்லை. வாங்குற எண்ணமெல்லாம் இல்லை. பாத்துட்டுப் போகலாம்னு வந்தோம். ஏண்டா குமாரு. கிளம்புவோமா."

அவர் பேசிக்கொண்டே எழுந்து பேரனுடன் காரை நோக்கிச் சென்றார். காரில் ஏறப்போகுமுன் வீட்டைப் பார்த்தார்.

7. பர்ஸ்

என்ன செய்வதென்று தெரியாமல் உட்கார்ந்திருந்தான் ஜேம்ஸ். சாப்பாட்டிற்கு வழி இல்லை. பிச்சை கேட்டால் கொடுக்க மாட்டார்கள். பிச்சை கொடுப்பவர்களுக்கு பிச்சை எடுப்பவர்கள் மேல் பரிதாப உணர்ச்சி ஏற்பட வேண்டும். இல்லாவிட்டால் கொடுக்க மாட்டார்கள். ஜேம்ஸைப் பார்த்தால் பிச்சை கொடுக்க வேண்டும் என்ற எண்ணம் ஏற்படாது. மருந்துக்கடையில் பேண்டேஜ் வாங்கிக் கையில் கட்டினான். வாயைக் கோணலாக வைத்துக் கொண்டான். ஊனமுற்றவன்போல் நடந்தான். இந்த வேடத்துடன் வேறு ஒரு ஏரியாவில் எலெக்ட்ரிக் டிரெயின் ஸ்டேஷன் அருகே நின்று பார்த்தான். கூட்டமாகச் சென்றார்களே தவிர, பிச்சை போடுபவர்கள் அரிதாக இருந்தார்கள். பல மணிநேரம் நின்றதில் மூன்று பேர் சில நாணயங்களைப் போட்டார்கள். டீ சாப்பிடலாம். வடைக்குக்கூடக் காசு தேறவில்லை. எல்லாம் விரயம்.

இந்த வேடத்தை வேறு பகுதிக்குச் சென்று கலைத்துவிட்டு இன்னொரு பகுதிக்குச் சென்று பிக்பாக்கெட் அடிக்கலாம் என்று முடிவு செய்தான். அதுவும் இப்போது சிரமமாகிவிட்டது. பர்ஸில் ஏதேதோ வைத்துவிட்டுப் பணத்தை உள்பாக்கெட்டில் வைக்கிறார்கள். சிலர் மொந்தை யான பர்ஸை வலது பாக்கெட்டில் வைக்கிறார்கள்.

பேண்ட்டின் பின் பாக்கெட்டில் பர்ஸ் வைத்திருப்பதுதான் பிக்பாக்கெட் அடிப்பதற்கு வசதியானது. எடுப்பது ஈஸியாக இருக்கும். வைத்திருப்பவனும் பர்ஸ் எடுக்கப்பட்டதை உணர மாட்டான். இப்போது பெரும்பாலானோர் பர்ஸைப் பின் பாக்கெட்டில் வைப்பதில்லை. மேலும் சட்டை மறைத்துக் கொள்வதால், சட்டையின் பின்புறத்தை லேசாகத் தூக்கிப் பார்த்துத்தான் பர்ஸ் இருக்கிறதா இல்லையா என்பதை அறியமுடியும். சிலர் சட்டையை இன் பண்ணி, பர்ஸை பேண்ட்டின் பின்பக்கம் வைத்திருப்பார்கள். அப்போது ஈசியாக பர்ஸை எடுத்துவிடலாம். சட்டைப் பாக்கெட்டில் பர்ஸ் வைத்திருந்தாலும் ஈசியாக எடுக்கலாம். ஆனால், இப்போது செல்போன்தான் வைத்திருக்கிறார்கள்.

நன்றாக உடை அணிந்திருந்த ஒருவன் சட்டையை இன் பண்ணி பேண்ட் பின் பாக்கெட்டில் பர்ஸ் வைத்திருந்தான். ஸ்டேஷன் படிக்கட்டில் அவன் ஏறினான். கூடவே ஜேம்சும் ஏறினான். ஈஸியாகப் பர்ஸை எடுத்துவிட்டான். ஜேம்ஸ் பர்சை எடுத்ததை அந்த வாலிபன் உணரவில்லை. ஆனால், பின்னால் வந்த ஒரு சிகப்புச் சட்டை முதியவர் பர்ஸை ஜேம்ஸ் எடுத்ததைப் பார்த்தார். ஜேம்சும் அவர் பார்த்ததைப் பார்த்தான். அவர் கத்தவில்லை, அவனைப் பிடிக்க முயற்சி செய்யவுமில்லை. ஜேம்ஸ் பர்ஸூடன் அவசரமாகப் படிகளில் ஏறி அடுத்து வந்த படிகளில் இறங்கினான். அந்த முதியவர் ஏன் சத்தம் போடவில்லை என்று யோசித்தான். “அது அவர் விருப்பம். எதற்கு வம்பு என்று நினைத்துச் சென்றிருப்பார்” என்று நினைத்துக் கொண்டான்.

ரயில்வே தண்டவாளங்களைத் தாண்டி அந்தப் பக்கம் சென்றான். பர்ஸை எடுத்துப் பார்த்தான். ஆதார் அட்டை, வங்கி அட்டை இருந்தன. பணமும் இருந்தது. எண்ணிப் பார்த்தான். ஐயாயிரத்து அறுநூறு ரூபாயும் சில்லறைக் காசுகளும் இருந்தன. ஒரு நடுத்தர வயதுப் பெண்ணின் புகைப்படம் இருந்தது. அந்தப் புகைப்படத்தை நன்றாகப் பார்த்தான். அந்த வாலிபனின் அம்மாவாக இருக்க வேண்டும் என்று நினைத்தான். ஜேம்சுக்கும் இறந்துபோன தன் அம்மாவின் நினைவு வந்தது. வங்கி அட்டையைச் சோதித்துப் பார்க்கலாம் என்று நினைத்தான். ஆதார் அட்டையில் இருநத பிறந்த வருடத்தைப் பார்த்து மனதில் குறித்துக்கொண்டான். ஏடிஎம் மையம் சென்று அந்த வருடத்தைப் போட்டு மினி ஸ்டேட்மெண்ட் எடுக்கும்படியாகப் பொத்தான்களை அழுத்தினான். மினி ஸ்டேட்மெண்ட் வந்தது. அவன் பிறந்த வருடம்தான் பாஸ்வேர்டு. ஆனால் பணம் ஒன்பதாயிரத்து

அறுபது ரூபாய்தான் இருந்தது. பொத்தான்களை அழுத்தி ஒன்பதாயிரம் ரூபாய் எடுத்தான். இன்றைய நாள் அதிர்ஷ்ட நாள் என்று நினைத்தான். ஏடிஎம் கார்டைக் கல்லால் உடைத்து எறிந்தான். நல்லவேளை பிளாக் செய்வதற்கு முன் பணத்தை எடுத்துவிட்டோம் என்று மகிழ்ந்தான். பர்ஸில் ஏதேதோ ரசீதுகளும் இருந்தன. அந்தப் புகைப்படத்தை ஒருதடவை பார்த்தான். மனதிற்குச் சஞ்சலமாக இருந்தது. செடிகள் அடர்ந்திருந்த இடத்தில் இருந்த சின்ன நீர்க்குட்டையில் அந்தப் பர்ஸைப் போட்டான்.

ஹோட்டலுக்குச் சென்று நெய்தோசை வாங்கிச் சாப்பிட்டான். காபி குடித்தான். அந்தச் சிகப்புச் சட்டை முதியவர் பர்ஸை எடுத்ததைப் பார்த்த பின்னும் ஏன் சத்தம் போடவில்லை என்று மீண்டும் யோசித்தான். மனிதர்கள் பார்த்தும் பார்க்காத மாதிரி செல்லப் பழகியிருக்கிறார்கள். கொலை நடந்தாலும் பார்க்கொண்டே நடந்து போவார்கள். இதுதான் மனித சுபாவம். பர்ஸில் இருந்தது அவனுடைய அம்மா புகைப்படமாகத்தானே இருக்க வேண்டும் என்ற யோசனை மீண்டும் ஏற்பட்டது.

ஹோட்டல் வாசலில் இருந்த பரிதாபமான தோற்றத்திலிருந்த பிச்சைக்காரருக்கு நூறு ரூபாய் கொடுத்தான். வேறு இரண்டு பிச்சைக்காரர்களுக்கு சில்லறை ரூபாய் இல்லாததால் நூறு ரூபாயைக் கொடுத்து ஆளுக்கு ஐம்பது எடுத்துக் கொள்ளச் சொன்னான். பணத்தைத் தன்னுடைய பர்ஸில் வைத்தான். பர்ஸை எப்போதும் பேண்ட் பின்பாக்கெட்டில் வைப்பதுதான் அவனுடைய பழக்கம். இப்போது வைக்கும்போது யோசித்தான். மாற்றி சைடு பாக்கெட்டில் வைக்கலாம் என்று தோன்றியது. அலட்சியமாகப் பின்பாக்கெட்டில் வைத்தான்.

பல இடங்களுக்குச் சென்றுவிட்டுத் தன் இருப்பிடத்திற்குச் சென்றான். பேண்ட் பின் பாக்கெட்டைத் தொட்டுப் பார்த்தான். பர்ஸ் அங்கு இல்லை.

8. விளையாட்டு பொம்மை

நவராத்திரி காலம். எங்கள் தெருப்பையன்கள் அயோக்கிய ராஸ்கல்களாக இருந்தார்கள். நானும் அந்த அயோக்கிய ராஸ்கல்களில் ஒருவன். எங்களுக்கு ஒரு கேப்டன் இருந்தான். எட்டாவது படித்துக்கொண்டிருந்தான். நான் நான்காவது படித்துக்கொண்டிருந்தேன். நான் சொல்வது பழைய காலம். பரிமளாவும் என்னுடன் நான்காவது படித்துக்கொண்டிருந்தாள்.

பிராமணத் தெருக்களில் கொலு வைத்திருப்பார்கள். அவர்கள் வீட்டிற்குக் கும்பலாகச் செல்வோம். தொன்னையில் கடலைப் பருப்புச் சுண்டல் கொடுப்பார்கள். சுவையாக இருக்கும். என் கெட்ட நேரம். அப்போது பரிமளா வீட்டிற்கும் சென்றோம். பரிமளா பாட்டுப் பாடிக்கொண்டிருந்தாள். இந்தக் கிழ வயதில் நன்றாக நினைவு இருக்கிறது. 'நானொரு விளையாட்டுப் பொம்மையா' என்று தொடங்கிய பாடல். பாடுவதைக் கண்டதும் கேப்டன் எங்களை அமைதியாக இருக்கச் சொன்னான். நாங்கள் அமைதியாக இருந்தோம். பரிமளா பட்டுப் பாவாடை, சட்டை அணிந்திருந்தாள். கழுத்தில் செயின் போட்டிருந்தாள்.

பாட்டு முடிந்ததும் எல்லோருக்கும் தொன்னை யில் சுண்டல் கொடுத்தார்கள். சுண்டல் வாங்கி முடிந்ததும், கேப்டன் "ஓ" என்று கத்தினான். எல்லோரும் கத்தினார்கள். நான் கத்தவில்லை. அந்தப் படுபாவி கேப்டன் வீட்டு முன்பகுதியில்

உள்ள மின்சார போர்டில் இருந்த மெயின் சுவிட்சை கீழே இழுத்து ஆப் பண்ணினான். இருள் சூழ்ந்தது. நாங்கள் பயந்து வெளியே ஓடி வந்தோம். கேப்டனிடம், "இப்படிச் செய்யலாமா" என்று கேட்டேன். என் கன்னத்தில் அறைந்தான். நான் ஒன்றும் பேசாமல் வீட்டுக்கு வந்துவிட்டேன். கேப்டன் பெரியவன். அவனுடன் மல்லுக்கட்ட முடியுமா. நான் பரிமளாவை நினைத்துக்கொண்டேன். 'நானொரு விளையாட்டு பொம்மையா' என்ற பாட்டு வரி நினைவுக்கு வந்தது. இந்தக் கிழப் பருவம்வரை அந்த வரி நினைவில் இருக்கிறது.

இது நடந்த சில நாட்கள் நான் பள்ளி செல்லவில்லை. குடும்பத்தில் ஒரு துர்மரணம் ஏற்பட்டுவிட்டது. பிறகு வெளியூர் சென்றுவிட்டோம். வெவ்வேறு ஊர்களில், உறவினர்கள் உள்ள ஊர்களில் வசித்தோம். சில வருடங்கள் கழிந்தன. ஒருநாள் எங்கள் தெருவில் வசிக்கும் ஒரு வியாபாரி எங்கள் வீட்டிற்கு வந்தார். பேச்சுவாக்கில் கணபதி அய்யர் மகள் பரிமளாவுக்குத் திருமணமாகிப் பதினைந்து நாளில் விதவையாகிவிட்டாள் என்றும் வைதிகச் சடங்குகள் செய்துவிட்டார்கள் என்றும் கூறினார். எனக்குக் கவலையாக இருந்தது.

விதவைக் கோலம் என்றால் அது கொடுமையாக அல்லவா இருக்கும். நான் சிறு பையன், அவளும் சிறுமி. அப்போது எனக்கு வாழ்க்கையே துவங்கவில்லை. பரிமளாவுக்கு வாழ்க்கை துவங்கி முடிந்துவிட்டது. இனி நடைபிணம் போன்ற வாழ்க்கைதான். அதற்குப்பின் ஊர்ப் பக்கம் போகவேயில்லை. அவள் உயிருடன்தான் இருக்கிறாளா என்றும் தெரியவில்லை. ஊர்த் தொடர்பு இல்லை.

இந்தக் கிழப் பருவத்திலும் 'நானொரு விளையாட்டு பொம்மையா' என்ற வரி சில அர்த்தங்களைத் தந்து அவ்வப் போது நினைவிற்கு வந்துகொண்டேயிருக்கிறது.

9. உயிர்

மழை பெய்துகொண்டிருந்தது. ஒலியைக் காட்டிலும் ஒளி வேகமானது என்று பேரனிடம் சொன்னேன். மின்னல் வெளிச்சம் வரும்போ தெல்லாம் அதைத் தொடர்ந்து இடி இடிப்பதை உதாரணமாகச் சொன்னேன். மழையைப் பால்கனியிலிருந்து பார்ப்பது அழகாயிருந்தது. சாரல் அடிப்பதால் சற்றுத் தள்ளி நானும் பேரனும் உட்கார்ந்துகொண்டோம்.

நாய்க்குட்டியின் சத்தம் ரோட்டிலிருந்து கேட்டது. ரோட்டில் எதிர்வீட்டுக் காம்ப்பவுண்டு சுவரை ஒட்டி ஒரு நாய்க்குட்டி குளிரில் நடுங்கிக் கத்திக்கொண்டிருந்தது. “தாத்தா அந்த நாய்க்குட்டியைக் கொண்டுவரவா” என்றான் பேரன். எனக்குச் செல்லப் பிராணிகளைக் கண்டால் அலர்ஜி. நான் கண்டிப்புடன், “வேண்டாம்” என்றேன். அவன் என்னிடம் கெஞ்சினான். நாங்கள் இரண்டு பேர் மட்டுமே வீட்டில் இருந்தோம். மகனும் மருமகளும் காரில் வெளியே சென்றிருந்தார்கள். மருமகள் இருந்தால் மகனை அதட்டிப் பேசாமலிருக்கச் செய்துவிடுவாள். நான் சொன்னால் கேட்க மாடடேன் என்கிறான். எனக்குத் தெரிந்த நபர்கள் இருவர் ரேபிஸ் தாக்கி இறந்ததை நான் அறிவேன். அந்த நோயின் கொடூரம் பற்றியும் தனியே கூண்டுக்குள் அடைத்து விடுவார்கள் என்றும் கேள்விப்பட்டிருக்கிறேன்.

பேரன் பிடிவாதமாக இருந்தான். "அதை வாட்ச்மேனிடம் சொல்லித் தூக்கி நம் போர்ட்டிகோவில் விடச் சொல்லுவோம்" என்றேன். அவன் ஒப்புக்கொண்டான். இரண்டு குடையை எடுத்துக்கொண்டு கீழ்த்தளத்திற்கு வந்தோம். வாட்ச்மேன் "முடியாது" என்று சொல்லிவிட்டார். பேரனின் பிடிவாதம் அதிகரித்தது. என் பேச்சைக் கேட்காமல் குடையைப் பிடித்துக் கொண்டு நாய்க்குட்டி அருகே சென்று அதைத் தூக்கினான். அதைக் கொண்டுவந்து போர்ட்டிகோவில் விட்டான். வாட்ச்மேன் அதை ஆட்சேபித்தார். "இங்கேயே இருந்துவிட்டால் என்ன செய்வது. அல்லது செத்துப்போய்விட்டால் என்ன செய்வது" என்று கேட்டார். நான் அவருக்குச் சமாதானம் சொன்னேன்.

அதற்குள் பேரன் மேலே வீட்டிற்குச் சென்று பிஸ்கட் எடுத்து வந்துவிட்டான். பிஸ்கட் பாக்கெட்டைப் பிரித்து நாய்க்குட்டியின் முன் பிஸ்கட்டைப் போட்டான். நாய்க்குட்டி உடம்பைச் சிலிர்த்துக்கொண்டு பிஸ்கட்டைச் சாப்பிட்டது.

மேலே வீட்டிற்குச் செல்லலாம் என்று நினைத்தபோது மகனும் மருமகளும் சென்ற கார் வந்தது. வாட்ச்மேன் கதவைத் திறந்துவிட்டார். கார் போர்டிகோவில் நின்றது. இருவரும் காரிலிருந்து இறங்கினார்கள். நாய்க்குட்டி பிஸ்கட் சாப்பிடுவதை மருமகள் பார்த்தாள்.

பேரனிடமிருந்து பிஸ்கட் பாக்கெட்டை வாங்கி இரண்டு பிஸ்கட்களை நாய்க்குட்டியின் முன் போட்டாள். வாட்ச்மேனைப் பார்த்து, "மழை நின்ன பிறகு இந்த நாய்க்குட்டியைத் தூக்கி ரோட்லே விட்ருங்கண்ணா" என்றாள். வாட்ச்மேன் தலையாட்டினார். நாங்கள் முதல் தளத்திலிருந்த வீட்டிற்குச் சென்றோம்.

அடுத்த நாள் காலையில் நான் பேரனுடன் வாக்கிங் சென்றேன். ஒரு மரத்தடியில் தாய் நாயுடன் மூன்று நாய்க்குட்டிகள் இருப்பதைக் காண்பித்தான். அதில் ஒரு நாய்க்குட்டி நேற்று போர்ட்டிகோவில் விடப்பட்ட நாய்க்குட்டி. "எப்படி தாத்தா தாய் நாயோட ஒண்ணு சேர்ந்தது" என்று என்னிடம் பேரன் கேட்டான்.

"சேந்துருச்சுல்ல. எப்படின்னு கண்டுபிடிக்க முடியுமா என்ன. இயற்கையாக இப்படி சில விஷயங்கள் நடக்கும்" என்றேன். ரோட்டைக் கடந்து நடந்து செல்ல வேண்டிய தூரம் சென்று திரும்பினோம். தாய் நாயுடன் இருந்த நாய்க்குட்டி களில் ஒன்றைக் காணோம். இரண்டு நாய்க்குட்டிகள் இருந்தன.

"தாத்தா, நான் தூக்கிட்டு வந்த நாய்க்குட்டியைக் காணோம்" என்றான் பேரன்.

"யாராவது வளக்கத் தூக்கிட்டுப் போயிருப்பாங்க" என்றேன்.

அவன் சந்தேகத்துடன், "அப்ப பிழைச்சுக்குமா" என்றான்.

"ஆமா பிழைச்சுக்கும்" என்றேன்.

பேரன் யோசித்துக்கொண்டிருப்பதாக எனக்குத் தோன்றியது. வீட்டையடைந்தோம்.

10. நீதி

நேரில் பார்க்க மாதவி சிறு பெண்ணாகத் தோன்றினாள். கிஷோர் அவளின் ஆட்டத்தால் கவரப்பட்டிருந்தான். என்ன ஒரு அசைவு, நடை. கை கால்களின் நளினமான ஆட்டம். சிரித்துக் கொண்டே ஆடுகிறாள். அவளைப் பார்த்தே ஆக வேண்டும் என்று தோன்றி வந்திருக்கிறான்.

ஆட்டத்திற்குப் பெயர்தான் கரகாட்டம். ஆனால், மாதவியின் அசைவுகள் கரகாட்டத்திற்குப் பொருந்தாது. கரகாட்டம் பெரும்பாலும் கொச்சையான ஆட்டம். எப்படி இந்த அசைவுகளை யெல்லாம் கற்றுக்கொண்டாள் என்று தெரியவில்லை. அவளது அப்பா பற்றி அவன் கேட்கவில்லை. அவளது கணவர் பற்றியும் கேட்கவில்லை. திருமணமாகிவிட்டதா என்பதைத் தெரிந்து கொள்ளவும் அவன் விரும்பவில்லை.

அவன் வந்ததற்குக் காரணம் ஐந்து நண்பர்கள் முன் அவள் கரகாட்ட உடையில் ஆட வேண்டும். கரகம் வேண்டியதில்லை. நாயனம், மேளம் இசையை சிடியாக ரெக்கார்ட் செய்து வைத்துக்கொள்ளலாம். இதற்காக அவள் கேட்கும் தொகையைக் கொடுப்பதாகச் சொன்னான். கூட்டத்தின் முன் ஆடும் ஆட்டமாக இல்லாமல் தனி இடத்தில் ஆடும் ஆட்டம் என்பதால் பயப்படவேண்டியதில்லை, அவளுடைய கௌரவத்திற்குப் பங்கம் ஏற்படாது, துணைக்கு இருவரைக் கூட்டிக்கொண்டு வரலாம் என்றும் கூறினான்.

சுரேஷ்குமார இந்திரஜித்

அவளுடைய ஆட்டத்திற்கு ஒரு லட்சம் ரூபாய் கொடுப்ப தாகவும் போக்குவரத்துச் செல்வுக்குத் தனியாக இருபதினாயிரம் ரூபாய் கொடுப்பதாகவும், தங்கும் செலவு எங்களுடையது என்றும் கூறினான்.

அவன் சொன்ன தொகையைக் கேட்டதும் அவள் திடுக்கிட்டு, நெஞ்சில் கையை வைத்துக்கொண்டாள். அவள் ஆச்சரியத்தில் இருந்தாள்.

“என் ஆட்டம் அவ்வளவு நல்லா இருக்கா.”

“ரொம்ப. ரொம்ப நல்லா இருக்கு. உங்கள் மாதிரி யாரும் ஆட முடியாது. நாயன, மேள இசையில் வழக்கமான இசையும் சினிமா பாட்டுகளும் இருக்கட்டும்.”

“எனக்கு எப்படி ரிக்கார்ட் பண்றதுனு தெரியாது. உதவறதுக்கும் ஆட்கள் இல்லை.”

“நீங்கள் தகவல் தெரிவித்தால் நானே ஆட்களை அழைத்து வந்து ரிக்கார்ட் பண்ணிக்கிறேன். பாட்டுகளை நாம் அப்போது முடிவு பண்ணிக்கலாம்.”

“ஆடுவதற்குக் கொஞ்ச நேரத்துக்கு முன்னால் எனக்கு டாஸ்மாக் சரக்கு வேணும். ஆட்ட இடைவெளியிலும் சில மடக்குகள் குடிப்பேன்.”

“அதற்கென்ன. நல்ல சரக்காக வாங்கி வைக்கிறோம்.”

“வேண்டாம். எனக்கு டாஸ்மாக் சரக்குதான் சாப்பிட்டுப் பழக்கம். அதுவே போதும்.”

“நான் தேதி, இடம் முடிவு செய்துவிட்டு உங்களிடம் பேசுகிறேன். அட்வான்ஸ் பாதித் தொகையைக் கொடுத்து விடுகிறேன்.”

“எனக்கு இவ்வளவு பணம் யாரும் கொடுத்ததில்லை.”

“உங்கள் ஆட்டம் அழகானது. அனைவருக்கும் பிடிக்கும்.”

“எனக்குத் தொல்லை அதிகமாக வருது. கிராமத்துக்காரங்க புக் பண்றாங்க. அத்துமீறி நடக்க முயற்சிப்பாங்க. என் சித்தி அடாவடியானவங்க. தடுத்துருவாங்க. டாஸ்மாக் சரக்கு சாப்பிட்டு வருவாங்க.”

“நீங்க எப்பவும் கூட்டிட்டு வர்றவங்களைக் கூட்டிட்டு வாங்க. ஆனால், அவுங்க டீஸெண்டா இருக்கணும்.”

“அதை நான் பாத்துக்கறேன்.”

"இன்னொன்னு சொல்லணும். நாங்கள் ஆட்டத்தைப் பாக்கும்போது மது அருந்திக்கொண்டிருப்போம். அதனால் உங்களுக்கு எந்தப் பிரச்சினையும் வராது."

"போதையில் உங்களை மீறி தவறாக நடந்துகொண்டால்..."

"எங்களை நீங்கள் நம்பலாம். அவ்வாறெல்லாம் நடக்காது. நாங்கள் டீஸெண்டாக நடந்துகொள்வோம்."

பாடல்கள் ரிக்கார்டு செய்தாகிவிட்டது. குறிப்பிட்ட நாளுக்கு முந்தைய நாள் நண்பருடன் வந்து மாதவியையும் கூட வருபவர்களையும் காரில் கூட்டிச்சென்று ரிசார்ட்டில் உள்ள அறையில் தங்க வைப்பதாக ஏற்பாடு. அடுத்த நாள் அதற்கென ஒதுக்கப்பட்ட ஹாலில் ஆட்டம் நடப்பதாகத் திட்டம்.

கிஷோரும் அவன் நண்பன் ரத்தினமும் காரில் மாதவியின் வீட்டிற்கு வந்தார்கள். சின்ன வீடு. அவள் முகம் சோகமாக இருந்தது. அவளின் சித்தி எங்களைப் பார்த்ததும் சத்தம் போட்டு அழுதாள். அவர்களுக்கு என்ன நடந்தது என்று எங்களுக்குப் புரியவில்லை.

"சார். மாதவியோட புருஷன்காரன் வீட்டுக்குள்ளே புகுந்து எல்லாத்தையும் உடைச்சுப் போட்டு நீங்க கொடுத்த அட்வான்ஸ் தொகையையும் எடுத்துக்கிட்டு ஓடிப்போயிட்டான். உள்ளே வந்து பாருங்க. டி.வி.யைக்கூட உடைச்சுட்டான். நான் வெளக்குமாறாலே அடிச்சேன். சொரணை கெட்டவன். காசுலேயே குறியா இருக்கான். ஆட்களை வைச்சு ரெண்டு பேரையும் பிரிச்சு, தீர்த்துவிட்டாச்சு. இப்ப வந்து காசு கேட்டு அவளையும் அடிச்சு, சாமான்களை உடைச்சுப் போட்டுட்டுப் போயிட்டான். திரும்பவும் பஞ்சாயத்து வைக்கணும். பஞ்சாயத்து பண்றவங்களுக்குச் சாப்பாடு, சவரட்சணை எல்லாம் பண்ணனும். செலவுதான். அந்த நாயி வெளக்கு மாத்து அடி தாங்காமே என்னையும் கீழே தள்ளிவிட்டுட்டான். மாதவிக்கும் உடம்பெல்லாம் அடி. இந்த நிலையிலே எப்படி வந்து ஆடறது. உங்கள்ட்டே எப்படிச் சொல்றதுன்னு புலம்பிக் கிட்டே இருக்கா. நீங்கதான் எங்களுக்கு உதவி பண்ணனும்" என்றாள் மாதவியின் சித்தி.

அவர்களுக்கு அதிர்ச்சியாக இருந்தது. எல்லா ஏற்பாடும் செய்தாயிற்று. அவர்களை சித்தி உள்ளே வரச் சொன்னாள். டி.வி.யில் கீறல் விழுந்திருந்தது. மாதவி அழலானாள். சமாதானப்படுத்தி சேரில் உட்காரச் சொன்னார்கள்.

"அம்மா எங்களுக்கு வருத்தமாக இருக்குது. இந்த நிலையிலே உங்களை அழைச்சுட்டுப் போறது நியாயமில்லை.

நாங்க எல்லோரும் நல்ல நிலையிலே இருக்கறவங்க. இவரு டாக்டரா இருக்காரு. நான் உங்ககிட்டே கொடுத்த அட்வான்ஸ் அப்படியே இருக்கட்டும். நீங்க எங்ககூட வர வேண்டாம். நிலைமையைச் சொல்லி கேன்சல் பண்ணிக்கலாம். நஷ்டந்தான். பரவாயில்லை. உங்களுக்கு உடல்நிலை, மனநிலை சரியானதுக்கப்புறம் இதைப்பத்தி யோசிப்போம். இப்ப நான் உங்க செலவுக்கு பத்தாயிரம் ரூபாய் தர்றேன், வைச்சுக்குங்க. இது நம்ம பேசின கணக்கிலே வராது" என்றான் கிஷோர்.

மாதவி கையெடுத்துக் கும்பிட்டாள். "அய்யா நீங்க வேற மாதிரி இருக்கீங்க. காமப் பிசாசுகளைத்தான் நாங்க பாத்துருக்கோம். ரொம்ப நன்றி அய்யா."

கிஷோர், பத்தாயிரம் ரூபாயை எடுத்துக் கொடுத்தான். அவள் வாங்கிக்கொண்டாள். கிஷோரும் நண்பரும் கிளம்பினார்கள். அதன் பிறகு அவர்கள் மாதவியைத் தொடர்புகொள்ளவே இல்லை. ஆட்டமும் நடக்கவில்லை. அவள் மீதான மோகமும் குறைந்தது.